മനുഷ്യൻ പാറ്റകളാകുന്ന കാലം

Manushyan Paattakalakunna kalam
Children's Literature

Unni Ammayambalam

CHINTHA PUBLISHERS
Thiruvananthapuram

First Edition
March 2020

Second Impression
February 2022

Published & Typesetting
Chintha Publishers, Thiruvananthapuram

Printed at
Time offset Printers, Thiruvananthapuram

Cover Design
Ratheesh Vincent

ISBN : 978-93-89410-84-6

CO - 2926 / 5882

Email: chinthapublishers@gmail.com
Website: www.chinthapublishers.com

A version is available at National Libraries
Kolkata, Mumbai, Chennai and Delhi

Distribution
DESHABHIMANI BOOKHOUSE
H O Thiruvananthapuram 695035

Branch
Head Office Kunnukuzhi • Statue Thiruvananthapuram
KSRTC Bus Terminal Thampanoor • Saphalyam Complex Thiruvananthapuram
KSRTC Bus Station Alappuzha • KSRTC Bus Station Ernakulam
Machingal Lane Thrissur • IG Road Kozhikode
Mavoor Road Kozhikode • NGO Union Building Kannur
Central Bus Terminal Complex Thavakkara Kannur

മനുഷ്യൻ പാറ്റകളാകുന്ന കാലം

ഉണ്ണി അമ്മയമ്പലം

ചിന്ത പബ്ലിഷേഴ്സ്
തിരുവനന്തപുരം-695 035

ഉണ്ണി അമ്മയമ്പലം

പിതാവ് : ആർ ഗംഗാധരൻപിള്ള. മാതാവ്: സരസ്വതി അമ്മ. തിരുവനന്തപുരം ജില്ലയുടെ കിഴക്കേ അതിർത്തി ഗ്രാമമായ കൊച്ചുകലുങ്കിൽ ജനിച്ചു. *മഴയത്ത്* എന്ന കൃതിക്ക് പി ടി ഭാസ്കരപ്പണിക്കർ സ്മാരക ബാലസാഹിത്യ അവാർഡ് ലഭിച്ചു. അദ്ധ്യാപക കലാവേദി നാടക അവാർഡ്, അദ്ധ്യാപക കലാസാഹിത്യസമിതി അവാർഡ്, 'ഹാബിറ്റാറ്റി'ന്റെ ശാസ്ത്ര നാടകത്തിനുള്ള സംസ്ഥാന അവാർഡ്, പൊതുവിദ്യാഭ്യാസ വകുപ്പിന്റെ (ഡി പി ഐ) കവിതാരചനയ്ക്കുള്ള സമ്മാനം, കേരള യൂണിവേഴ്സിറ്റി പൊയട്രി ഗാർഡൻസിന്റെ സമ്മാനം തുടങ്ങിയ പുരസ്കാരങ്ങൾ ലഭിച്ചിട്ടുണ്ട്. സംസ്ഥാന ബാലസാഹിത്യ ഇൻസ്റ്റിറ്റ്യൂട്ടിന്റെ കഥ – നോവൽ വിഭാഗത്തിലും, വൈജ്ഞാനിക സാഹിത്യ വിഭാഗത്തിലും ശാസ്ത്ര സാഹിത്യ വിഭാഗത്തിലും പുരസ്കാരങ്ങൾ ലഭിച്ചിട്ടുണ്ട്. *നമ്മുടെ കായലുകൾ, പരിസ്ഥിതിയും ആവാസവ്യവസ്ഥയും* എന്ന പുസ്തകത്തിന് ഡൽഹി ആസ്ഥാനമായി പ്രവർത്തിക്കുന്ന പരിസ്ഥിതി പ്രവർത്തക കൂട്ടായ്മയുടെ–ഗ്രീൻവേൾഡ് ഫ്രണ്ട്സ് ഫൗണ്ടേഷൻ നാഷണൽ അവാർഡ്– ലഭിച്ചിട്ടുണ്ട്. *അന്നൊരോണനാളിൽ* (ടെലിഫിലിം), *അക്ഷരവിദ്യ, യേശുമാമൻ, നാട്ടറിവ് കുട്ടികൾക്ക്, കവികളുടെ ജീവചരിത്രം, അപ്പാച്ചിമടയിലെ അപ്പൂപ്പൻ താടികൾ, വെണ്ണിലാവിന്റെ കരച്ചിൽ, കേരളയാത്ര, പരീക്ഷ നമ്മുടെ ചങ്ങാതി, നമുക്ക് നല്ല അദ്ധ്യാപകരാകാം, കുട്ടികളെ കൂടുതൽ മിടുക്കരാക്കാം, ഊർജ്ജസംരക്ഷണ കഥകൾ, ഭൂമിയിലെ ഓസോൺകുടകൾ, മാജിക് സ്കൂൾബസ്, കൊച്ചുഗാന്ധി, പഠിച്ചുമിടുക്കരാകാൻ ഫോർക്യൂസ്* തുടങ്ങി 40–ലധികം ഗ്രന്ഥങ്ങൾ പ്രസിദ്ധീകരിച്ചിട്ടുണ്ട്. *അക്ഷരക്കൂട്ടം, തോരണം, അൻപ്,* എന്നീ പേരുകളിൽ കുട്ടികളുടെ രചനകൾ എഡിറ്റ് ചെയ്ത് പ്രസിദ്ധീകരിച്ചിട്ടുണ്ട്. കേന്ദ്രഗവൺമെന്റ് സംരംഭമായ, കുട്ടികൾക്കുവേണ്ടി 24 മണിക്കൂറും പ്രവർത്തിക്കുന്ന എമർജൻസി ഹെൽപ്പ് ലൈനായ 'ചൈൽഡ് ലൈനി'ന്റെ തിരുവനന്തപുരം ജില്ലയുടെ കോ–ഓർഡിനേറ്ററായി പ്രവർത്തിച്ചിട്ടുണ്ട്. നിലവിൽ തിരുവനന്തപുരം കവടിയാർ ക്രൈസ്റ്റ് നഗർ സെൻട്രൽ സ്കൂളിൽ അദ്ധ്യാപകൻ.

ഭാര്യ : ആൻ സേവ്യർ
മക്കൾ : അർപ്പിത്, അൻഷി
വിലാസം : ഫ്ളാറ്റ് 2 സി
ഓക്ഡെയ്ൽ, നാലാഞ്ചിറ
തിരുവനന്തപുരം 695015
ഫോൺ : 9895693440, 9961184600
Email : unni.anunni2012@gmail.com

ഉള്ളടക്കം

പ്രസാധകക്കുറിപ്പ്

കുഞ്ഞു'വെയിൽ' സജിനു എന്ന കുട്ടിയുമൊത്ത് നടത്തുന്ന അത്ഭുതകരമായ യാത്രയെ അടിസ്ഥാന മാക്കിയുള്ള ബാലസാഹിത്യകൃതി. കുട്ടികളിൽ ശാസ്ത്ര കൗതുകം വളർത്തി, പ്രകൃതിയെ സ്നേഹി ക്കുവാൻ പ്രേരിപ്പിക്കുന്ന ശാസ്ത്രനോവൽ.

അയത്നലളിതമായ പ്രതിപാദനത്താൽ ശ്രദ്ധേയ മായ ഈ കൃതി കൂട്ടുകാർക്കായി സമർപ്പിക്കുന്നു.

ചിന്ത പബ്ലിഷേഴ്സ്

അവതാരിക

ഉണ്ണി അമ്മയമ്പലം എഴുതിയ *മനുഷ്യൻ പാറ്റകളാകുന്ന കാലം* എന്ന ലഘു ശാസ്ത്ര നോവൽ ഒറ്റയിരുപ്പിൽ ഞാൻ വായിച്ചു തീർത്തു എന്ന് പറയുന്നതിൽ അതിശയോക്തി തെല്ലുമില്ല തന്നെ. അതിസങ്കീർണ്ണമായ ശാസ്ത്രതത്ത്വങ്ങളെ കുട്ടികൾക്ക് രസിക്കാനും പഠിക്കാനും കഴിയുന്ന വിധത്തിൽ അയത്ന ലളിതമായി പ്രതിപാദിക്കേണ്ടിവരികയെന്നത് അദ്ധ്യാപകർക്കും മാതാപിതാക്കൾക്കും ഒരു അഗ്നിപരീക്ഷ തന്നെയാണ്. അത്തരമൊരു സാഹസത്തിനാണ് ഉണ്ണി ഈ കൃതിയിലൂടെ തുനിഞ്ഞിരിക്കുന്നത്.

കുട്ടികൾക്കുവേണ്ടി പാഠ്യപദ്ധതിക്കകത്തും പുറത്തും ധാരാളം ഗ്രന്ഥങ്ങൾ പ്രസിദ്ധീകരിക്കപ്പെടുന്നുണ്ട്. അവയിൽ എത്രയെണ്ണം വിജയകരമായി ബാലകൗതുകങ്ങളെ ആകർഷിക്കുന്നുണ്ട്? കൃത്യമായ കണക്കുകൾ ലഭ്യമല്ലെങ്കിൽ കൂടി, ഒരുപാടൊന്നും ഉണ്ടാവില്ലെന്ന് അനുമാനിക്കാം. ബാലസാഹിത്യത്തിന്റെ അതിബാഹുല്യം (GLUT) അതിന്റെ മേന്മയുടെ അളവുകോലാവില്ല. ശാസ്ത്രവിഷയങ്ങൾ ആഖ്യായികാവല്ക്കരിക്കുമ്പോൾ (fictionalise) അവയിൽ ദുർഗ്രഹത കടന്നുകൂടാൻ വളരെ എളുപ്പമാണ്. എന്തുകൊണ്ടാണ് കുട്ടിക്കുവേണ്ടി എഴുതുമ്പോഴും ദുർഗ്രഹത കടന്നുകൂടുന്നത്? അവയുടെ സങ്കീർണ്ണത

മാത്രമാണോ അതിനു കാരണം? ആവണമെന്നില്ല. സയൻസ് ഫിക്ഷൻ എന്ന ശാഖയിലെ ലോകപ്രശസ്ത കൃതികളായ *ടൈം മെഷീൻ* (H G Wells) മുതൽ *ഹിച്ച് ഹൈക്കേഴ്സ് ഗൈഡ് ടു ദ ഗാലക്സി* (Douglas Adams) വരെയുള്ള ഗ്രന്ഥങ്ങൾ വലിയവരും ചെറിയവരുമായ എത്രയോ വായനക്കാരെ ഇന്നും ആകർഷിച്ചുകൊണ്ടിരിക്കുന്നു.

അപ്പോൾ നമുക്കു സംഭവിക്കുന്നത് ഭാഷയുടെ അപര്യാപ്തതയാവാം; എഴുതുന്നവരുടെ യാന്ത്രികമായ സമീപനമാവാം. നമ്മുടെ സയൻസ് ഫിക്ഷന്റെ വളർച്ചയ്ക്ക് വിഘാതമായ പല ഘടകങ്ങളുമുണ്ടാവാം. അതുമാത്രമല്ല നാം കുഞ്ഞുങ്ങളെ സ്കൂളുകൾക്കായി തയ്യാറെടുപ്പിക്കുന്നില്ല. യാതൊരു പ്രസക്തിയുമില്ലാത്ത, നമ്മുടെ ജീവിതയാഥാർത്ഥ്യങ്ങളുമായി ഒരുവിധത്തിലും പൊരുത്തപ്പെടാത്ത കുറേ ഇംഗ്ലീഷ് പാട്ടുകൾ പഠിപ്പിക്കുന്നതിൽ ചുരുങ്ങിപ്പോകുന്ന നമ്മുടെ 'പ്രീ സ്കൂളിങ്.' കുട്ടികളെ പ്രായഭേദത്തിനനുസൃതമായ പുസ്തകങ്ങൾ വായിച്ചു കേൾപ്പിക്കുകയും പിന്നീട് സ്വയം വായിക്കാൻ അവരെ പ്രചോദിപ്പിക്കുകയും ചെയ്യുന്ന വിധത്തിലുള്ള ഒരു അർത്ഥവത്തായ ശാസ്ത്രവിദ്യാഭ്യാസ സാഹചര്യം ഉരുത്തിരിയുംവരെ ഈ സന്ദേഹങ്ങൾ നാം പ്രകടിപ്പിച്ചു കൊണ്ടിരിക്കും.

ഈയവസ്ഥയിലാണ് ഉണ്ണിയുടെ *മനുഷ്യൻ പാറ്റകളാകുന്ന കാലം* പ്രസക്തമാവുന്നത്. കുട്ടികളിൽ ശാസ്ത്രകൗതുകം വളർത്തി, അവർ ജീവിക്കുന്ന ഈ ഭൂമിയെ, പ്രകൃതിയെ സ്നേഹിച്ച് വളരുന്ന മനുഷ്യരാവാൻ ഈ കൃതി പ്രചോദനമാകുമെന്ന് ഞാൻ ദൃഢമായി വിശ്വസിക്കുന്നു; അങ്ങനെ ആയിത്തീരട്ടേയെന്ന് ആത്മാർത്ഥമായി ആശംസിക്കുന്നു. ക്ലിഷ്ടമായ വിഷയങ്ങൾ സരസമായി പറഞ്ഞെത്തിക്കുമ്പോഴും അവയെ ലളിതവല്ക്കരിക്കാതിരിക്കാൻ ഗ്രന്ഥകാരൻ കാണിച്ചിട്ടുള്ള അവധാനത അഭിനന്ദനാർഹം തന്നെ. വെയിലിനെ 'ഇളം' വെയിലാക്കാതെ 'കുഞ്ഞു' വെയിലാക്കി ചിത്രീകരിച്ചിരിക്കുന്നതിലൂടെ വെയിലിനു നല്കുന്ന മനുഷ്യ (ബാല്യ) പരിവേഷം സജിനുവുമൊത്തുള്ള വെയിലിന്റെ യാത്രകൾക്ക് ഒരു ആനിമേറ്റഡ് ചല

ച്ചിത്രത്തിന്റെ അനുഭൂതി പകരാനാവുന്നു. അതുപോലെതന്നെ അനുവാചകന്റെ ആകാംക്ഷയെ 'മുൾമുന'യിൽ നിർത്തുന്ന ആഖ്യാന കൗശലം - അത് വെറും 'കൗശല'മല്ല സർഗ്ഗവൈഭവം തന്നെയാണ്.

ഉണ്ണി അമ്മയമ്പലത്തിന്റെ മറ്റു ബാലസാഹിത്യരചനകളോടൊപ്പം ഈ കൃതിയും, കുട്ടികളും വലിയവരുമടങ്ങുന്ന വിപുലമായൊരു വായനാസമൂഹത്തിലേക്ക് എത്തിച്ചേരട്ടെ എന്ന് ഹൃദയപൂർവ്വം ആശംസിക്കുന്നു. ധാരാളം ബഹുമതികൾ നേടിക്കഴിഞ്ഞ ഈ സാഹിത്യകാരന് ഈ ഗ്രന്ഥവും അനേകം ബഹുമതികൾ നേടിക്കൊടുക്കട്ടെ!

യു ജയചന്ദ്രൻ

കുഞ്ഞുവെയിൽ കൂട്ടുകാരനും അന്യഗ്രഹ ജീവികളും

"സജിനൂ."

ആരാ.

"ഇതു ഞാനാ കുഞ്ഞു വെയിൽ; നീ പെട്ടെന്ന് എഴുന്നേല്ക്ക്."

പുതപ്പിനുള്ളിൽനിന്നു സജിനു തല പുറത്തേക്കു നീട്ടി.

"ഓ... നീയോ.... നീ എപ്പൊ എത്തി."

"ഇപ്പൊ എത്തീതേയുള്ളൂ. ഇപ്പൊ എന്നു പറഞ്ഞാൽ അതു നുണയാകും. ഏതാണ്ട് '8' സെക്കന്റ് വേണ്ടി വന്നു ഇവിടെ നിന്റെയടുത്ത് എത്തുവാൻ. സംസാരിച്ചു നില്ക്കാൻ സമയമില്ല. വാ എഴുന്നേല്ക്ക് ഞാനൊരു കാഴ്ച കാണിച്ചുതരാം. വേഗമിവിടെനിന്നു രക്ഷപ്പെടണം."

സൂര്യപ്രകാശം സജിനുവിനെ വിളിച്ച് വീടിന്റെ പുറത്തേക്കു കൊണ്ടുവന്നു.

"ശ്ശെടാ. നേരം പുലരുംമുമ്പ് നീയിങ്ങെത്തിയോ. എല്ലായിടത്തും ഒരുതരം മൂടൽ മഞ്ഞാണല്ലോ."

സജിനു കണ്ണുതിരുമ്മി.

"ശ്ശ്... ശ്ശ്.... മിണ്ടാതെ.... അവരെങ്ങാനും നിന്നെ കണ്ടാൽ ആപത്താണ്, നീ വാ. നീ എന്റെ കൂടെ വന്നാൽ ഞാൻ നിന്നെ രക്ഷിക്കാം."

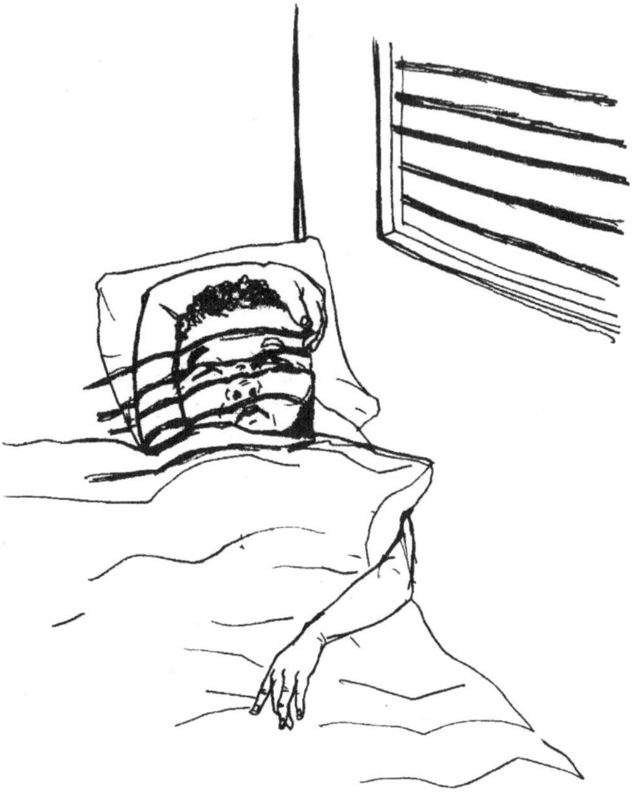

സൂര്യപ്രകാശം സജിനുവിനെ പിടിച്ചു വീടിനു പുറത്തെ വലിയ തടിയൻ മാവിന്റെ ചുവട്ടിലേക്കു കൊണ്ടുപോയി.

സജിനു ചുറ്റുപാടും നോക്കി. വല്ലാത്തൊരു നിശ്ശബ്ദതയാണ്. ഒരു കിളിയുടെ ശബ്ദംപോലും കേൾക്കുന്നില്ല.

സാധാരണയായി നേരം പുലരുമ്പോൾ ഇങ്ങനെയല്ല. കിളികളുടെ മനോഹര ശബ്ദം. കാക്കകളുടെ നീട്ടിയുള്ള കാ കാ വിളി. അമ്പലങ്ങളിലെ ഭക്തിഗാനം. പള്ളിയിലെ ബാങ്കുവിളി.

പക്ഷേ, ഇന്ന്.

ഇന്ന് ഒന്നുമൊന്നും കേൾക്കുന്നില്ലല്ലോ.

രാവിലെ കോഴിക്കൂടു തുറന്നുവിടുന്ന അമ്മയുടെ വഴക്കു

കേട്ടു 'കൊ കൊ കോ'ന്നു കരഞ്ഞു നാലുപാടും ചിതറിയോടുന്ന കോഴിക്കൂട്ടത്തിന്റെ കോലാഹലമൊന്നും കേൾക്കാനേയില്ല.

അല്ല... അപ്പോ... അമ്മയും മുത്തശ്ശനും അച്ഛനും അനിയത്തിയുമൊക്കെ എവിടെയാ...

സജിനു വീടിനെ നോക്കി. അവിടെനിന്നു ശബ്ദമൊന്നും കേൾക്കുന്നില്ല. രാവിലെ പിടിപ്പതു പണിയുമായി ഓടി നടക്കുന്ന എന്റെ അമ്മയെവിടെ...

പശുവിനു പുല്ലു നല്കുന്ന മുത്തശ്ശനെവിടെ?

രാവിലെ ചാരിയിരുന്നു പത്രം വായിച്ചു ചായ കുടിക്കുന്ന തന്റെ പൊന്നച്ഛൻ....

ഇല്ല. ആരെയും കാണുന്നില്ല. കോഴി, പട്ടി, പൂച്ച, പശു, ആട്..... ആരുമില്ല.

മരങ്ങളിലും ഇലകളിലും പറ്റിപ്പിടിച്ചിരിക്കുന്ന മഞ്ഞുതുള്ളിയുടെ വെളുത്ത നിറം.

"കുഞ്ഞു വെയിലൂ..."

സജിനു മൃദുവായി വിളിച്ചു.

"ങ്ഹും" കുഞ്ഞുവെയിൽ മൂളി.

"എന്താ... എന്താ... ഞാനീ കാണുന്നതൊക്കെ...." സജിനു കൂട്ടുകാരനെ നോക്കി.

"അത്....?" കുഞ്ഞു വെയിലിന്റെ മുഖത്തുണ്ട്; ഇതുവരെയും കാണാത്ത പരിഭ്രമം. അവന്റെ ശരീരവും മനസ്സും ഭയപ്പെടുന്നു. ആരെ... ആരെയാണ് അവൻ ഭയപ്പെടുന്നത്....

പെട്ടെന്നാണ് ഒരു കൂട്ടം പാറ്റകൾ തടിയൻ മാവിന്റെ മുകളിൽനിന്ന് സജിനുവിന്റെ ദേഹത്തൂടെ താഴേക്ക് ഊർന്നിറങ്ങിയത്. അവറ്റകൾ സജിനുവിന്റെ തലയ്ക്കു മുകളിൽ വന്നുവീണു. ഒരു വലിയ ചാക്കു പൊട്ടി ചോക്ലേറ്റു മിഠായികൾ ഊർന്നു താഴേക്കു വീഴുന്നപോലെ ആയിരക്കണക്കിനു ചെറുതും വലുതുമായ പാറ്റകൾ സജിനുവിന്റെ ശരീരം പൊതിഞ്ഞു.

"ആ... ആ..."

അവൻ നിലവിളിച്ചു. രണ്ടു കൈകളും ഉയർത്തി തലയിലും മുഖത്തും പറ്റിപ്പിടിച്ച പാറ്റകളെ പിടിച്ചു വലിച്ചെറിഞ്ഞു.

പിന്നെയവൻ അങ്ങോട്ടുമിങ്ങോട്ടും ഓടാൻ തുടങ്ങി.

മണ്ണിൽ കിടന്നുരുണ്ടു. കൈയിൽ കിട്ടിയ പാറ്റകളെയെല്ലാം ഞെരിച്ചു കൊന്നു.

കാല്പാദത്തിനടിയിൽ ചവിട്ടിയരയ്ക്കപ്പെട്ട നൂറുകണക്കിനു പാറ്റകൾ അവിടെ ചത്തുവീണു.

ചിലതെല്ലാം പറന്നുപോയി. മറ്റു ചിലത് മണ്ണിനു മുകളിലൂടെ എങ്ങോട്ടോ... ഓടി മറഞ്ഞു...

"എന്താണ്..... എന്താണിത്.... വെയിലൂ..... നീ എന്താ ഒന്നും മിണ്ടാത്തത്....."

പതിമൂന്നു വയസ്സുകാരൻ സജിനു ഭയന്നുവിറച്ചുനില്ക്കുന്നതു കണ്ടപ്പോൾ അതുവരെ നിശ്ശബ്ദനായി നിന്ന കൂട്ടുകാരൻ മെല്ലെ ശബ്ദമുയർത്തി.

"അവർ, ഭൂമിയിലെത്തിയിരിക്കുന്നു...."

കുഞ്ഞുവെയിൽ ദൂരേക്ക് മിഴി പായിച്ചു. അതു കണ്ടിട്ട് ഒരല്പം പേടിയോടെ സജിനു തിരക്കി.

"ആര്.... ആരാണ് ഭൂമിയിലെത്തിയത്."

സജിനുവിന്റെ തുറിച്ച കണ്ണിനുനേരേ മുഖമുയർത്തി കുഞ്ഞു സൂര്യപ്രകാശം പറഞ്ഞു.

"അവർ തന്നെ. അന്യഗ്രഹജീവികൾ..."

മരത്തോളം ഉയരമുള്ള മനുഷ്യൻ

"**അ**ന്യഗ്രഹ ജീവികളോ?" സജിനു സംശയത്തോടെ കുഞ്ഞുവെയിലിനെ നോക്കി.

"ഞാൻ മുമ്പ് പറഞ്ഞിട്ടില്ലേ. അവർ ഇവിടെയെത്തുന്നത് അപകടമാണെന്ന്. ശാസ്ത്രവും സാങ്കേതികവിദ്യയും ഇവിടത്തേക്കാൾ 100 മടങ്ങ് വികസിച്ച ഏതോ ഒരു ഗ്രഹത്തിൽ നിന്നാണ് അവർ എത്തിയിരിക്കുന്നത്. ഇതപകടമാണ്. സജിനു സൂക്ഷിച്ചില്ലെങ്കിൽ മനുഷ്യരെല്ലാം....."

സൂര്യപ്രകാശത്തിന്റെ ശബ്ദം പെട്ടെന്നു മുറിഞ്ഞു.

സജിനു കൂട്ടുകാരന്റെ ചുമലിൽ പിടിച്ചു. "നീ എന്തൊക്കയാണീ പറയുന്നത്."

"സത്യം..... ഞാൻ നിന്നോട് മുമ്പ് എത്രയോ തവണ പറഞ്ഞിട്ടുള്ളതാണ്. അതിപ്പോൾ യാഥാർത്ഥ്യമായി. സാങ്കേതികമായി വളരെയധികം വികസിച്ച ആ ജീവികൾ ഇവിടെയെത്തിയിരിക്കുന്നു. നിങ്ങൾ മനുഷ്യരാണെങ്കിൽ സാങ്കേതികമായി അവർക്കൊപ്പം എത്തിയിട്ടുമില്ല. അവർക്കൊപ്പമെന്നല്ല... വളരെ വളരെ താഴെയാണു നിങ്ങൾ. അവരുടെ അറിവിനു മുമ്പിൽ... ബുദ്ധിശക്തിക്കു മുന്നിൽ.... അവരുടെ വലിയ കണ്ടുപിടുത്തങ്ങൾക്കു മുമ്പിൽ നിങ്ങൾ ഒരു വലിയ വട്ടപ്പൂജ്യമാണ്. വെറും സീറോ...."

"വെയിലൂ... നീ ഒന്നു തെളിച്ചു പറയൂ.... എനിക്കൊന്നും മനസ്സിലാകുന്നില്ല." പെട്ടെന്ന് ഉയർന്നുവന്ന സജിനുവിന്റെ ശബ്ദത്തെ തടഞ്ഞുകൊണ്ട് കുഞ്ഞുവെയിൽ ഒരപകടത്തിന്റെ സൂചന നല്കുംകണക്കെ അവനോട് പറഞ്ഞു.

"പതുക്കെ.... പതുക്കെ പറയ്യ്.... അതുമിതും സംസാരിച്ച് സമയം കളയാനില്ല. അന്യഗ്രഹ ജീവികളുടെ കൈയിൽപെടുന്നതിനുമുമ്പ് എങ്ങനെയെങ്കിലും ഇവിടെനിന്നു രക്ഷപ്പെടണം."

സജിനു ചുറ്റും നോക്കി. ആരൊക്കെയോ നടന്നുവരുന്നതു പോലെ....

ഒരു തീവണ്ടി അലറിവിളിച്ചുപോകുന്നപോലത്തെ അതിഭീകരമായ ശബ്ദം.....

തനിക്കു ചുറ്റും ആരൊക്കെയോ ഉണ്ട്. അവരിങ്ങടുത്താണ്. തൊട്ടടുത്തുണ്ട്.... പക്ഷേ.... പക്ഷേ.... അവരെയെനിക്കു കാണാനാകുന്നില്ലല്ലോ.

"വെയിലൂ...." ശബ്ദം താഴ്ത്തിയുള്ള കൂട്ടുകാരന്റെ വിളികേട്ട് സൂര്യപ്രകാശം സജിനുവിന്റെയടുത്തേക്കു ചെന്നു.

"ആ ഭയപ്പെടുത്തുന്ന ശബ്ദം... അവരുടേതാണോ..." സജിനു ചോദിച്ചു. സൂര്യപ്രകാശം അതെയെന്ന് തല കുലുക്കി.

"വെയിലൂ... എന്റെ അച്ഛനും അമ്മയുമൊക്കെയെവിടെ... എനിക്കവരെ കാണണം.... എന്റെ മുത്തശ്ശനെവിടെ.... എന്റെ കൂട്ടുകാരെവിടെ.... എന്റെ വിദ്യാലയം, അദ്ധ്യാപകർ അവരെല്ലാം... എവിടെ.... പറയ്യ്... അവരെയെല്ലാം കൊണ്ടുപോയിക്കാണുമോ...."

കരഞ്ഞുപോയി സജിനു. കണ്ണിൽനിന്നു ഇടമുറിയാതെ ജലകണങ്ങൾ ഒലിച്ചിറങ്ങി.

എന്താണു പറയേണ്ടത്.... എന്താണു ചെയ്യേണ്ടത്... സജിനു മാത്രം എങ്ങനെയോ രക്ഷപ്പെട്ടതല്ല. അപകടം മനസ്സിലാക്കി ചിതറിയോടിയപ്പോൾ സജിനുവിനെ കൂടെ കൊണ്ടുപോകാൻ അവർ മറന്നു. വീട്ടിലുള്ള ജന്തുക്കളെയെല്ലാം വലിയ പെട്ടകത്തിലാക്കി അടച്ച് അന്യഗ്രഹജീവികൾ കൊണ്ടുപോയി... പക്ഷേ... ഇവന്റെ മാതാപിതാക്കൾ.... അവരെവിടെയാണെന്ന് എനിക്കറിയില്ലല്ലോ... പിന്നെ... പിന്നെയെങ്ങനെയാണ് അക്കാര്യം ഇവനു

പറഞ്ഞുകൊടുക്കുക...

കാതടപ്പിക്കുന്ന ശബ്ദകോലാഹലങ്ങൾ അടുത്തടുത്തു വരികയാണ്.

സജിനു സൂര്യപ്രകാശത്തോട് ചേർന്നുനിന്നു. അവൻ വല്ലാതെ ഭയക്കുന്നുണ്ട്.

കിടുങ്ങി വിറയ്ക്കുകയും തേങ്ങിത്തേങ്ങി കരയുകയും ചെയ്യുന്ന സജിനുവിനെ കെട്ടിപ്പിടിച്ചു സമാധാനിപ്പിക്കുകയാണ് കുഞ്ഞുവെയിൽ.

“കരയാതെ... ഇപ്പോൾ കരയുകയല്ല വേണ്ടത്... അതാ... അവർ വരുന്നുണ്ട്... നമ്മുടെയടുത്തേക്കാണ് വരുന്നത്. ബുദ്ധി ഉപയോ

ഗിച്ച് നമുക്ക് രക്ഷപ്പെടണം. അവരുടെ കണ്ണിൽപ്പെടാതെ ഒഴിഞ്ഞു മാറി രക്ഷപ്പെട്ടിട്ട് നിന്റെ അച്ഛനേയും അമ്മയേയും കണ്ടെത്തണം. കരച്ചിലല്ല വേണ്ടത്. കണ്ണുതുടയ്ക്ക്...."

ദൂരേക്ക്... അങ്ങ് ദൂരെ ആകാശത്തേക്ക് ഉറ്റുനോക്കി സൂര്യപ്രകാശം വിരൽ ചൂണ്ടി...

"കണ്ടുവോ...."

ഒരു നിമിഷനേരത്തെ നിശ്ശബ്ദതയ്ക്കുശേഷം സജിനു സൂര്യപ്രകാശത്തെ നോക്കി പറഞ്ഞു.

"ഇല്ല... ഞാനൊന്നും കണ്ടില്ല."

"ശരിയാണ്. അതു ഞാനങ്ങു മറന്നു. ഇവിടെ ഭൂമിയിൽനിന്നുകൊണ്ട് നിനക്കവരെ കാണാൻ ഒരു മിനിട്ടു സമയം വേണ്ടിവരും. സൂക്ഷിച്ചുനോക്ക്... ആ കാല്പെരുമാറ്റം കേൾക്കുന്നില്ലേ... അവിടേക്കു നോക്ക്..."

സൂര്യപ്രകാശം വിരൽചൂണ്ടിയിടത്തേക്കു സജിനു നോക്കി...

ഒരു വലിയ മരത്തോളം ഉയരമുള്ള ഒരു നീല മനുഷ്യൻ. ചതുരാകൃതിയുള്ള മുഖം. വിശാലമായ നെറ്റിത്തടം. മുണ്ഡനം ചെയ്യപ്പെട്ട നല്ല മിനുസമുള്ള ശിരസ്സ്. കണ്ണുകളുടെ സ്ഥാനത്ത്, വലുപ്പമുള്ള ഒരു ചെറിയ കുളം എങ്ങനെയാണോ അതു കണക്കെ. കൃഷ്ണമണിയില്ലാത്ത നീലിച്ച കണ്ണുകൾ. നീണ്ട മൂക്ക്. ബലിഷ്ഠമായ കഴുത്ത്. ഇരുമ്പ് ഉലക്ക കണക്കെയുള്ള കാലുകൾ. നെഞ്ചിൽ യന്ത്രം കണക്കെ രണ്ടു ചെറിയ പെട്ടികൾ. ഭൂമിയിലെ ഒരു വിദ്യാലയത്തിന്റെ അത്രേയും വലുപ്പമുള്ള ഒരു പെട്ടി കൈയിൽ തൂക്കിപ്പിടിച്ചിട്ടുണ്ട്. അവനങ്ങനെ നടന്നുവരികയാണ്. വെറുതെ നടന്നു വരികയല്ല. ചവിട്ടി മെതിച്ചുകൊണ്ട്. തന്റെ കാല്ക്കീഴിലെ ഗൃഹങ്ങളും മതിലുകളും കുന്നുകളും മരങ്ങളുമെല്ലാം ചവിട്ടിമെതിച്ചുകൊണ്ട് അവനങ്ങനെ നടന്നുവരുന്നു; കുറ്റിക്കാട്ടിലേക്ക് കടന്നുകയറി എല്ലാം ചവിട്ടി നശിപ്പിക്കുന്ന ക്രൂരനായ മനുഷ്യ ജീവിയെപ്പോലെ.

സജിനു തന്റെ കണ്ണുകൾ ഒരുതവണ അടച്ചു തുറന്നു.

താൻ നില്ക്കുന്ന തടിയൻ മാവിന്റെ ശിരസ്സിൽ ഉരുക്കു കണക്കെയുള്ള ആ തടിച്ചുനീണ്ട മനുഷ്യന്റെ കാല്പാദം പതിഞ്ഞു.

ഒരലർച്ചയോടെ തടിയൻ മാവ് ശിഖരങ്ങൾ പിളർന്ന് താഴേക്കു വീണു.

നിലംപതിച്ച മാവിൻ ശിഖരങ്ങൾക്കു കീഴെ കമിഴ്ന്നുവീണ സജിനു നെഞ്ചിടിപ്പോടെ ആ കാഴ്ച കണ്ടു.

ആ ഉരുക്കു മനുഷ്യൻ തൂക്കിപ്പിടിച്ചിരുന്ന പെട്ടി തുറന്നു.

കൈയിലുള്ള പെട്ടിക്കുള്ളിൽ കുത്തിനിറച്ച മനുഷ്യജീവനുകൾ കൂട്ടത്തോടെ നിലവിളിക്കുന്നു.

"കുഞ്ഞു വെയിലൂ.... നീ അതു കണ്ടില്ലേ.... അവരുടെ നിലവിളി നീ കേൾക്കുന്നില്ലേ...."

നിയന്ത്രണം വിട്ട് പൊട്ടിക്കരഞ്ഞുപോയി സജിനു. പക്ഷേ, ആ കരച്ചിൽ തുടർന്നുകൊണ്ടുപോകാൻ കുഞ്ഞുവെയിൽ സമ്മതിച്ചില്ല. പെട്ടന്നവൻ സജിനുവിന്റെ വാ പൊത്തിപ്പിടിച്ചു.

"അവൻ നിന്റെ ശബ്ദം കേൾക്കരുത്. നിന്നെയവൻ കണ്ടാൽ പിന്നെയെനിക്കൊന്നും ചെയ്യാനാവില്ല. അവൻ നിന്നെയും കൊണ്ടുപോകും..."

അവർ നോക്കിനില്ക്കെ ഇടിവെട്ടുംപോലെ 'ഠ' പ്പോന്ന് ആ പെട്ടിയടച്ച് ആ കൂറ്റൻ മനുഷ്യൻ മുന്നോട്ടു നടന്നു.

"വെയിലൂ.... ആ പെട്ടിയിൽ.... അതിൽ എന്റെ അച്ഛനും അമ്മേം ഉണ്ടാകോ.... അവരെയവൻ പെട്ടിയിലടച്ച് എങ്ങോട്ടാ കൊണ്ടുപോകുന്നത്.... ആ പാവം മനുഷ്യരെ രക്ഷിക്കാൻ നിന്റെ ബുദ്ധിയിൽ ഒരു വഴിയും തെളിയുന്നില്ലേ...."

"ഞാനും അതാലോചിക്കുകയാണു സജിനൂ. എന്തെങ്കിലും പെട്ടെന്നു തന്നെ ചെയ്യണം. പക്ഷേ... ഒരു തടസ്സമുണ്ട്. ഈ അന്യഗ്രഹ മനുഷ്യർ ആരാണെന്നോ എവിടെ നിന്നു വന്നുവെന്നോ ഇവരുടെ സ്വഭാവമെന്തെന്നോ അറിയാൻ നമുക്ക് ഒരു വഴിയുമില്ല. അതറിഞ്ഞെങ്കിലേ.. ഇവരെ നേരിടാൻ കഴിയൂ.... ഭൂമിയിൽനിന്നു ഇവർ പെട്ടികളിലാക്കിക്കൊണ്ടു പോകുന്ന മനുഷ്യരെ മറ്റ് ഏതെങ്കിലും ഗ്രഹങ്ങളിൽ പാർപ്പിക്കുന്നുണ്ടാകുമോ. ആ മനുഷ്യർക്ക് എന്താണ് സംഭവിക്കുന്നതെന്ന് അന്വേഷിക്കണം. അതെല്ലാം കണ്ടുപിടിക്കണം."

കുഞ്ഞുവെയിലു വളരെ ചെറിയ ശബ്ദത്തിൽ സജിനുവിന്

കാര്യങ്ങൾ പറഞ്ഞുകൊടുത്തപ്പോഴാണ് അവരുടെ കണ്ണുകളെ അത്ഭുതപ്പെടുത്തിയ ആ കാഴ്ച അവർക്കു മുന്നിലുണ്ടായത്.

ആ പടുകൂറ്റൻ മനുഷ്യൻ തന്റെ വലുപ്പം കുറച്ചു.

അയാളുടെ വലുപ്പം കുറഞ്ഞുകുറഞ്ഞ് വളരെ ചെറുതായി; തിളക്കമുള്ള ഒരു ഗോലി കണക്കെ.

ഞെട്ടിപ്പോയി സജിനുവും കുഞ്ഞുവെയിലും. ഒരു നൂറുമീറ്റർ ദൂരെയായി അത്തരം തിളക്കമുള്ള അനേകം ഗോലികൾ. ആ കിടക്കുന്ന ഗോലികളെല്ലാം അന്യഗ്രഹ ജീവികളാകുമോ....

പേടികൊണ്ട് സജിനുവിന്റെ ശരീരം വിറച്ചു. അവന്റെ കണ്ണുകൾ മുന്നോട്ടു തള്ളി. കൺമുമ്പിൽ നടക്കുന്ന യാഥാർത്ഥ്യങ്ങൾ വിശ്വസിക്കാനാകാതെ അവൻ കൂട്ടുകാരന്റെ കൈയിൽ മുറുകെപ്പിടിച്ചു.

കുഞ്ഞുവെയിൽ പറഞ്ഞു.

“പേടിക്കേണ്ട. അവർ ഓരോരുത്തരും നാനോ രൂപത്തിലേക്ക് ചുരുങ്ങിയിരിക്കുന്നു. ചിലപ്പോൾ ഉറങ്ങുകയായിരിക്കും. സാങ്കേതികമായി മുന്നിട്ടു നില്ക്കുന്നവരാണിവർ. ഏതായാലും ഒരു പാടുനേരമൊന്നും അവർക്കിവിടെയിങ്ങനെ കഴിയാനാകില്ല. ഇവർ ഭൂമിയിൽ വന്നതിന് എന്തെങ്കിലും പ്രത്യേക ലക്ഷ്യം കാണും. അത് നേടിക്കഴിഞ്ഞാൽ ഇവർ തിരികെ പൊയ്ക്കൊള്ളും......”

“പക്ഷേ... വെയിലൂ.... ആ തടിയൻ പെട്ടി... അതു ചുരുങ്ങിയിട്ടില്ല. ആ പെട്ടി അതുപോലെ തന്നെയുണ്ട്. നോക്ക് അന്തരീക്ഷത്തിൽ നില്ക്കുകയാണ് ആകാശത്തെ ഒരു വീടുപോലെ... എപ്പോഴെങ്കിലും അത് താഴെ വീണാൽ അതിനുള്ളിലെ മനുഷ്യരെ നമുക്ക് രക്ഷിക്കാൻ കഴിയില്ലേ...?”

സജിനുവിന്റെ പ്രതീക്ഷ നിറഞ്ഞ ആ ചോദ്യത്തിന് എന്തു മറുപടി നല്കും. ആദ്യത്തെ ഭീകരമനുഷ്യൻ നാനോ രൂപത്തിൽ ചുരുങ്ങിയപ്പോൾ ആ പെട്ടി ഏല്പിച്ചതു മറ്റൊരു മനുഷ്യനെയാണ്. പർവ്വതാകാരനായ മറ്റൊരു മനുഷ്യൻ അങ്ങു ദൂരെ നില്ക്കുന്നു. അയാൾ പെട്ടിയും തൂക്കി ചുറ്റുപാടും നിരീക്ഷിക്കുകയാണ്. പക്ഷേ, അയാളെ കാണാനുള്ള ശക്തി സജിനു

വിന്റെ കണ്ണുകൾക്ക് ഇപ്പോഴില്ല. ആ ഭീകര മനുഷ്യനിൽ തട്ടി പ്രതിഫലിച്ചുവരുന്ന പ്രകാശം സജിനുവിന്റെ കണ്ണിലെത്താൻ സമയമെടുക്കുന്നു. അതുകൊണ്ടാണ് അയാളെ കാണാൻ അവൻ വൈകുന്നത്.

"നീ എന്താ ആലോചിക്കുന്നത്....?"

സജിനു ചോദിച്ചു.

"എടാ.... ആ പെട്ടി പിടിച്ചുകൊണ്ട് അങ്ങു ദൂരെ മറ്റൊരു മനുഷ്യൻ നില്ക്കുന്നുണ്ട്. ദേ... അയാൾ ഇങ്ങോട്ടാ വരുന്നത്. കുറച്ചുസമയം കഴിഞ്ഞാൽ നിനക്കയാളെ കാണാനാകും....."

"അതെ... ഞാൻ കാണുന്നുണ്ട്.... ഉയർന്നു തടിച്ചു കറുത്ത ഭീമൻ. ദേ കണ്ടോ. അയാൾ വീടുകളെയെല്ലാം തട്ടിത്തെറിപ്പിച്ച് ചവിട്ടിയരച്ചുകൊണ്ടാണു വരുന്നത്. ഒരു ഉരുളൻ കല്ല് തട്ടിത്തെറിപ്പിക്കുന്ന ലാഘവത്തോടെ വലിയവലിയ വീടുകളെയെല്ലാം തട്ടിത്തെറിപ്പിക്കുന്നു."

മരത്തോളം ഉയരമുള്ള മനുഷ്യൻ

സജിനു ഓർത്തു.

കുട്ടിക്കാലത്ത് തൊടിയിൽ കളിക്കാൻ പോകുമ്പോൾ ഞങ്ങൾ കൂട്ടുകാർ ഇങ്ങനെയായിരുന്നു. ചെറിയ പ്രാണികളുടെ കൂടുകളും ചിതൽപ്പുറ്റുകളും കൈയെത്താവുന്ന ഉയരത്തിലുള്ള കിളിക്കൂടുകളുമെല്ലാം വല്ലാത്തൊരു ആവേശത്തോടെ പിച്ചി ച്ചീന്തി തകർത്തെറിയുമായിരുന്നു. ആ പ്രാണികളും ചിതൽ ജീവികളും ഉറുമ്പിൻ കൂട്ടവും കിളിക്കുഞ്ഞുങ്ങളുമെല്ലാം ഈ ഭൂമിയുടെ അവകാശികളാണ് എന്ന് ചിന്തിക്കാൻ ആരും അന്നു വരെ പഠിപ്പിച്ചിരുന്നില്ല.

ഇപ്പോഴിതാ കൺമുമ്പിൽ വലിയ സന്തോഷത്തോടെ, വീടുകൾ ചവിട്ടിത്തെറിപ്പിക്കുന്നു അയാൾ. ഇഷ്ടിക കഷണങ്ങളും കോൺക്രീറ്റ് ബീമുകളും പറന്നു ദൂരെപ്പോയി വീഴുന്നു. തീർച്ച. ഇവർ ഈ ഭൂമിയെ നശിപ്പിക്കും. മരവും മണ്ണും പുല്ലും പൂവുമൊന്നും ഇനി ഈ ഭൂമിയിലുണ്ടാവില്ല. അത്രയ്ക്കു ദുഷ്ടൻമാരാണ് ഇവിടെ വന്നിരിക്കുന്നത്. കണ്ടില്ലേ അയാൾ ഓരോ മരത്തെയും പിഴുതെറിയുന്നത്.

ഞങ്ങൾ മനുഷ്യർ മുയൽക്കുഞ്ഞുങ്ങളെ ചെവിയിൽ തൂക്കി

യെടുത്ത് ഉയർത്തുന്നപോലെ സർവ്വമരങ്ങളെയും ശിഖരങ്ങളിൽ പിടിച്ചു പിഴുതെടുത്ത് കറക്കി അങ്ങു ദൂരേക്ക് വലിച്ചെറിയുന്നു. മരങ്ങൾ പിഴുതെറിയുന്നതിൽ രസം കണ്ടെത്തുകയാണയാൾ...

ദേ... ഇങ്ങ് അടുത്തെത്തി. അയാൾ ചുറ്റുപാടും നോക്കുകയാണ്. ആരെയോ തിരയുന്നപോലെ. പക്ഷേ... ഇദ്ദേഹത്തിന്റെ രൂപം നേരത്തേ കണ്ട മനുഷ്യന്റേതുപോലെയല്ല. കുറേയേറെ വ്യത്യാസങ്ങളുണ്ട്.

ഇയാൾ എപ്പോഴും ചിരിക്കുന്നുണ്ട്. ഒരു തീവണ്ടി ചീറിപ്പാഞ്ഞ് പോകുന്നപോലെയാണ് ചിരിയുടെ ശബ്ദം പുറത്തേക്ക് വരുന്നത്. പല്ലിന്റെ സ്ഥാനത്ത് പടുകൂറ്റൻ സ്വിച്ചുകൾ നിരനിരയായി അടുക്കിവച്ചിരിക്കുന്നു. ച്യൂയിങ്ങം വായിലിട്ടു ചവയ്ക്കുന്നതുപോലെ ഇടയ്ക്കു വലിയ ഗുഹകണക്കെയുള്ള 'വാ' അട

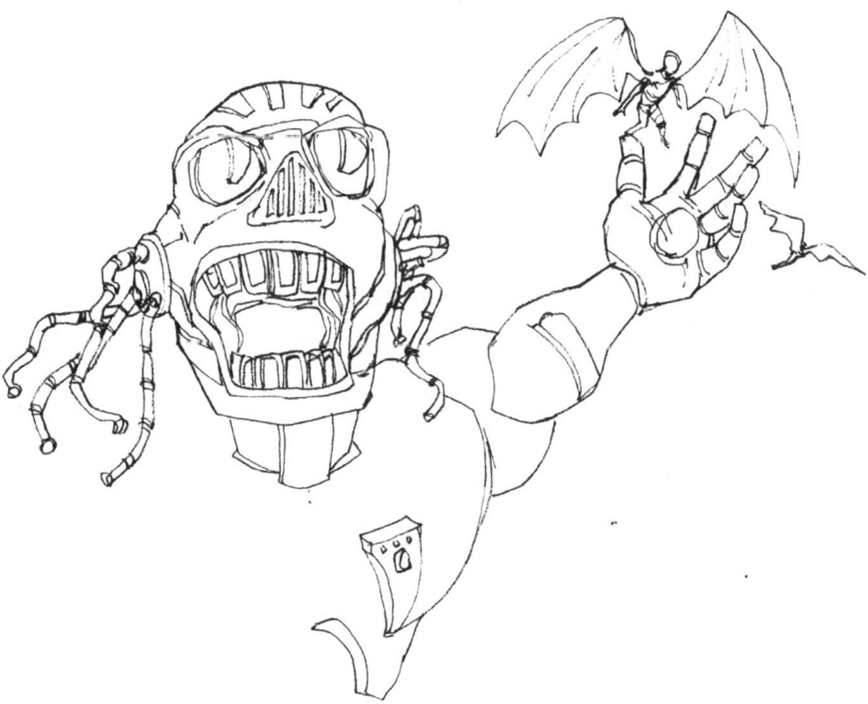

യ്ക്കുകയും തുറക്കുകയും ചെയ്യുന്നു. ചെവിയിൽനിന്നു രോമം കണക്കെ കറുത്ത നാരുകൾ പോലെയുള്ള ഇലക്ട്രിക് വയറുകൾ താഴേക്കു ഞാന്നു കിടക്കുന്നു. കണ്ണിന്റെ സ്ഥാനത്ത് ബസിന്റെ മുൻലൈറ്റു കണക്കെ പരന്ന കൂറ്റൻ ബൾബുകൾ. ശരീരം ആദ്യം കണ്ട മനുഷ്യന്റേതുപോലെ തന്നെ.

അയാൾ തന്റെ യന്ത്രക്കൈകൾ ആകാശത്തേക്കു നീട്ടി.

വാവലുകൾ പറന്നുപോകുന്നപോലെ ഏതൊക്കെയോ ജീവികൾ ആകാശത്തിലൂടെ ദൂരേക്കു പറന്നുപോകുന്നു. അവരെ നോക്കി കൈവീശി ആ ഇരുമ്പു മനുഷ്യനും ആകാശത്തേക്കുയർന്നു.

ഒരുപാട് ദൂരെ ചെന്നപ്പോൾ അയാളും ഒരു വാവലുപോലെ കാണപ്പെട്ടു. അല്പം മുമ്പ് വാവലുകളെപ്പോലെ പറന്നു പോയവരെല്ലാം ഇവന്റെ കൂട്ടുകാർ തന്നെ. അങ്ങനെയെങ്കിൽ ഭൂമിയിൽ എല്ലായിടത്തും ഇവർ എത്തിയിട്ടുണ്ട്. ഇനി രക്ഷപ്പെടുന്നതെങ്ങനെ.... എന്താണിവരുടെ ഉദ്ദേശ്യം.... എന്തിനാണവർ മനുഷ്യരെ പിടിച്ചുകൊണ്ടു പോകുന്നത്....?

“സജിനൂ....”

കുഞ്ഞുവെയിൽ സജിനുവിന്റെ തോളിൽ തട്ടി. അവൻ പതുക്കെ പറഞ്ഞു. “ഇതുതന്നെ പറ്റിയ അവസരം. നാനോ രൂപത്തിലായ അന്യഗ്രഹജീവികൾ ഉറക്കത്തിലാണെന്നു തോന്നുന്നു. ഈ അവസരം പ്രയോജനപ്പെടുത്തണം. നീ രക്ഷപ്പെട്ടേപറ്റൂ.... നിന്റെ മാതാപിതാക്കളേയും മറ്റു മനുഷ്യരേയും കണ്ടെത്താൻ ഞാൻ നിന്നെ സഹായിക്കാം....”

“പക്ഷേ.... എനിക്കെന്തോ പേടി തോന്നുന്നു... എനിക്കിനി രക്ഷപ്പെടാനാകുമോ.... ഇല്ലടാ..... ഭൂമി മുഴുവൻ അവരുണ്ട്. എങ്ങോട്ടു പോയാലും അവർ കണ്ടെത്തും.”

ഒരു പ്രതീക്ഷയ്ക്കും വകയില്ലാത്ത സജിനുവിന്റെ വാക്കുകൾ കേട്ട് ഉദയസൂര്യനെപ്പോലെ പുഞ്ചിരി പൊഴിച്ചു കുഞ്ഞുവെയിൽ. അവൻ പറഞ്ഞു.

“നീ പേടിക്കാതെ... എല്ലാത്തിനും ഞാനില്ലേ... നിന്റെ കൂടെ.

നിന്റെയീ കൂട്ടുകാരൻ ആപത്തുവരുമ്പോൾ കൂടെ നില്ക്കുന്നവനാണ്. നീ എന്റെ കൂടെ വാ... പതുക്കെ എഴുന്നേല്ക്ക്...."

കുഞ്ഞുവെയിലിന്റെ കൈപിടിച്ച് സജിനു എഴുന്നേറ്റു. ഗോലികളായി നിദ്രയിലമർന്ന അന്യഗ്രഹജീവികളുടെ സമീപത്തുകൂടെ ഒച്ചയുണ്ടാക്കാതെ അവർ വേഗത്തിൽ മുന്നോട്ടു നടന്നു.

മനുഷ്യന് പാറ്റയുടെ അവസ്ഥ വന്നാൽ

കുഞ്ഞുവെയിലിന്റെ കൈപിടിച്ച് സജിനു നടന്നു. ഇടിഞ്ഞു പൊളിഞ്ഞ വീടുകൾക്കരികിലൂടെ, പിഴുതെറിഞ്ഞ മരങ്ങൾക്കിടയിലൂടെ, ചവിട്ടിയരച്ച കുന്നിൻ ചരിവിലൂടെ അവർ നടന്നു.

വയലുകൾ കാണുന്നില്ല; വാഴകൾ കാണുന്നില്ല, കുയിലിന്റെ പാട്ടെവിടെ?

മലിനജലം തിളച്ചുമറിയുന്ന ഒഴുക്കുമായി പേടിച്ചു വിറച്ചു പുഴകൾ താഴേക്ക് ഒഴുകിപ്പോവുകയാണ്.

ചത്ത പൂമീനുകൾ കൊണ്ട് നിറഞ്ഞ കൈത്തോടിനരികെ ചുണ്ടുപിളർന്ന ഒരു നീലപ്പൊൻമാൻ കുഞ്ഞ്.

തൊട്ടപ്പുറത്തെ പറമ്പിൽ രണ്ടു കാലും വെന്ത പൂച്ച; നടക്കാനാകാതെ ഇഴയുകയാണത്.

ചെവികൾ അടർന്നുപോയ പശുക്കൾ.

ചിറകു നഷ്ടപ്പെട്ട കിളികൾ; അവ ചിലയ്ക്കുന്നില്ലല്ലോ... കിളിനാദമെല്ലാം നിലച്ചെന്നാണോ....

ഒന്നും മനസ്സിലാകുന്നില്ല സജിനുവിന്. ഈ കാണുന്നതെന്തൊക്കെയാണ്? സത്യമോ... മിഥ്യയോ... അതോ വെറും സ്വപ്നമോ.

“നില്ക്ക്.....”

വേഗത്തിൽ നടന്നുപോയ കുഞ്ഞുവെയിലിനെ പിടിച്ചു നിർത്തി സജിനു ചോദിച്ചു. "എന്താണ് ഈ കാണുന്നതൊക്കെ?" അവന്റെ തൊണ്ടയിടറിപ്പോയി. "ഒന്നു പൊട്ടിക്കരയാൻപോലു മാകുന്നില്ലല്ലോ... കൂട്ടുകാരാ...."

"സജിനൂ... നമ്മൾ ഈ കണ്ടതെല്ലാം ചില അടയാളങ്ങൾ മാത്രം. നീയോ, ഞാനോ വേദനിച്ചിട്ടു കാര്യമില്ല."

പിന്നീട് കുഞ്ഞുവെയിൽ പറഞ്ഞ ഓരോ വാക്കും ഭയ ത്തിന്റെ മുൾമുനകളായി സജിനുവിനു തോന്നി.

"സാങ്കേതികമായി വളർന്നു വലുതായ ഒരു സമൂഹം അത്ര ത്തോളം വികസിച്ചിട്ടില്ലാത്ത സമൂഹവുമായി ബന്ധമുണ്ടാക്കി യാൽ ഒട്ടേറെ പ്രശ്നങ്ങളുണ്ടാകും. അതാണ് നമ്മളിപ്പോൾ കാണുന്നത്. ഞാൻ മുമ്പ് നിന്നോടു പറഞ്ഞതുപോലെ സാങ്കേ തികവിദ്യയിൽ മുന്നിട്ടു നില്ക്കുന്നവരാണ് ഈ ജീവികളെങ്കിൽ അവർ ഇവിടെ വന്നിരിക്കുന്നത് അത്ര നല്ല കാര്യമാണെന്നു എനിക്കു തോന്നുന്നില്ല. സാങ്കേതിക വളർച്ചയോടൊപ്പം നല്ല ജീവിതദർശനവും തത്ത്വചിന്തയും കരുണയും ദയയും പരസ്നേ ഹവും ഒക്കെയുള്ളവരാണ് ഇവിടെവന്നിരുന്നതെങ്കിൽ നമുക്ക് പേടിക്കേണ്ടിവരില്ലായിരുന്നു. എന്നാൽ കരുണയുടെ ഒരംശം പോലും ഇവിടെയെത്തിയ അന്യഗ്രഹ ജീവികൾക്കില്ല. നീ ഒന്ന് ഓർത്തുനോക്ക്. പല്ലിയും പാറ്റയും പുഴുവും മറ്റു പ്രാണികളും ജീവിക്കുന്ന ഭൂമിയിലെ ഒരു പറമ്പ് കിളച്ചുവൃത്തിയാക്കി വീടു വയ്ക്കാൻ തയ്യാറാകുന്ന മനുഷ്യർ. ആ പറമ്പിൽ നമ്മൾ വീടു വയ്ക്കുമ്പോൾ അവിടേക്കു ഈ ജീവികൾ ഓടി വന്നാൽ എന്താകും അവയുടെ സ്ഥിതി? ഇതേ അവസ്ഥ ഭൂമിയിലെത്തിയ അന്യഗ്രഹ ജീവികൾ മനുഷ്യനോട് കാട്ടിയാലോ? അതാണ് ഇവിടെ സംഭവിച്ചിരിക്കുന്നത്. മനുഷ്യന് പാറ്റയുടെ അവസ്ഥ വന്നാൽ? മനുഷ്യന് പല്ലിയുടെ സ്ഥിതി വന്നാൽ? പാറ്റകൾക്കും പല്ലികൾക്കും ഈ ഭൂമിയിൽ ജീവിക്കാൻ അവകാശമുണ്ട് എന്നു നിങ്ങൾ മനുഷ്യർ അംഗീകരിച്ചുകൊടുക്കുമോ.... അന്യഗ്രഹജീ വികളുമായി ബന്ധം സ്ഥാപിക്കാൻ നിങ്ങൾ ശ്രമിച്ചത് അത്ര നല്ല കാര്യമായിരുന്നു എന്ന് ഇപ്പോഴെനിക്കു തോന്നുന്നില്ല.

ഇനിയും ഇങ്ങനെ ആലോചിച്ചു നില്ക്കാൻ സമയമില്ല. കുറച്ചു കൂടി വേഗത്തിൽ നടന്നാൽ അവർ ഭൂമിയിലേക്കുവന്ന വാഹനം കണ്ടെത്താം. പ്രകാശ വേഗത്തിന്റെ എത്രയോ ഇരട്ടി വേഗതയിലായിരിക്കും ഇവരുടെ യാത്ര എന്നാണ് എനിക്കു തോന്നുന്നത്. നമ്മുടെ ഭൂമി കണക്കെയുള്ള ഒട്ടനവധി ഗ്രഹങ്ങൾ ഈ മഹാ പ്രപഞ്ചത്തിലുണ്ട്. നമുക്കവിടെയെല്ലാം അന്വേഷിക്കാം. അതിലൊന്നിൽ ഇവിടത്തെ മനുഷ്യരുണ്ടാകും. തീർച്ച. കുഞ്ഞുവെയിൽ സജിനുവിന്റെ കൈപിടിച്ച് പിന്നെയും നടന്നു. പിങ്കുനിറമുള്ള ഒരു വസ്തു അങ്ങ് ദൂരെയായി അവരുടെ ശ്രദ്ധയിൽപ്പെട്ടു. ഒരു വലിയ കോഴിമുട്ടയുടെ ആകൃതിയാണതിന്. പത്തോ നൂറോ ആളുകൾക്ക് താമസിക്കാൻ പറ്റുന്ന ഒരു വലിയ പർവ്വതംപോലെയാണത്. ഒരുപക്ഷേ, അതായിരിക്കുമോ അന്യഗ്രഹജീവികൾ സഞ്ചരിക്കുന്ന വാഹനം.

ഇരുവരും വളരെ ശ്രദ്ധയോടെ അങ്ങോട്ടു നടന്നു.

രാത്രിയില്ലാത്ത മറ്റൊരു ഭൂമി

ആ വാഹനത്തിൽ കയറി സജിനുവും കുഞ്ഞുവെയിലും പറന്നു പൊങ്ങി.

കാറ്റടിക്കുന്ന ഒരു ശബ്ദം കേട്ടതു മാത്രം സജിനുവിന് ഓർമ്മയുണ്ട്. പിന്നെയെപ്പോഴോ കുഞ്ഞുവെയിൽ തട്ടിവിളിച്ച പ്പോഴാണ് അവൻ ഉണർന്നത്.

"നമ്മളെവിടെയാണ്?" വാഹനത്തിന്റെ ഉള്ളു മുഴുവൻ കണ്ണോടിച്ചുകൊണ്ട് സജിനു ചോദിച്ചു.

"ഭൂമിയിൽനിന്നു കോടിക്കണക്കിന് കിലോമീറ്റർ അകലെ യാണിപ്പോൾ ഞാനും നീയും. നിങ്ങൾ മനുഷ്യർ താമസിച്ച പോലുള്ള ചെറിയ ചെറിയ ഭൂഗോളങ്ങൾ പ്രപഞ്ചത്തിലുണ്ട്. അവിടെ എവിടെയെങ്കിലും മനുഷ്യരുണ്ടോ എന്നു കണ്ടെത്തു കയാണ് നമ്മുടെ ലക്ഷ്യം..... ഭൂമിയിലെ മനുഷ്യരെ അന്യ ഗ്രഹജീവികൾ ഇവിടെവിടെങ്കിലും കൊണ്ടുവന്നിട്ടുണ്ടാകും...."

ചാക്കുകണക്കെയുള്ള ഒരു പ്രത്യേക കുപ്പായം ആ വാഹ നത്തിന്റെ മൂലയിൽ കിടന്നിരുന്നത് കുഞ്ഞുവെയിൽ ശ്രദ്ധിച്ചു. അവൻ ഓടിച്ചെന്ന് ആ വസ്ത്രമെടുത്തുകൊണ്ടുവന്ന് സജിനു വിനെ ധരിപ്പിച്ചു.

"ഇരുമ്പുചട്ട പോലെയുണ്ട്"–സജിനു പറഞ്ഞു. "നമ്മൾ ഇറ

ഞാൻ പോകുന്ന ഈ പിങ്ക് ഭൂമിയിലെ ജനങ്ങൾ ധരിക്കുന്ന വസ്ത്രമാണിത്. ഇതിനൊരു പ്രത്യേകതയുണ്ട്. ഇത്രയും നല്ല കടുകട്ടി വസ്ത്രം ധരിച്ചു മാത്രമേ ഇവിടെ യാത്ര ചെയ്യാൻ പാടുള്ളൂ, അല്ലെങ്കിൽ അപകടമാണ്."

"അപകടമോ?" സജിനു ചോദിച്ചു. "അതൊക്കെ.... അതൊക്കെ ഞാൻ പിന്നീട് നിന്നെ പറഞ്ഞു മനസ്സിലാക്കിക്കാം. ഇപ്പോൾ നീ എന്റെ കൂടെ ഇവിടെ ഇറങ്ങുക." കുഞ്ഞുവെയിൽ വാഹനത്തിന്റെ വാതിൽ തുറന്നു.

വാഹനത്തിൽനിന്നു പുറത്തിറങ്ങിയ സജിനു അത്ഭുതപ്പെട്ടു. വിചിത്രമായ മറ്റൊരു ലോകം. പരുപരുത്ത കട്ടിയുള്ള മണ്ണ്. ഇടയ്ക്കിടയ്ക്ക് ഉരുളൻ കല്ലുകൾ തെറിച്ചുകിടക്കുന്നു. അങ്ങിങ്ങ് പുല്ലുകളും കുറ്റിച്ചെടികളും വളർന്നു മുരടിച്ചതിന്റെ അടയാളം. തൊട്ടുമുമ്പിൽ നിവർന്നു നില്ക്കുന്ന കുറേ മരങ്ങൾ.

പക്ഷേ.....

സജിനു ശ്രദ്ധിച്ചു. ഈ മരങ്ങൾക്കൊന്നും നിഴലുകളില്ലല്ലോ. ഇലകൾക്കു പച്ചനിറമല്ല. താനിതുവരെ കണ്ടിട്ടില്ലാത്ത മറ്റൊരു നിറം. അല്ല നിറമേയില്ല.

"സജിനൂ..." കുഞ്ഞുവെയിൽ വിളിച്ചു. "ഈ ഗ്രഹത്തിലെ മനുഷ്യൻ ധരിക്കുന്ന വസ്ത്രമാണ് ആ വാഹനത്തിൽനിന്നു നമുക്കു കിട്ടിയത്. അങ്ങനെയെങ്കിൽ ഒരു കാര്യം ഉറപ്പാണ്. ഇവിടെ എവിടെയെങ്കിലും അവരുണ്ടാകും. ഭൂമിയിലെ മനുഷ്യർ. നിന്റെ മാതാപിതാക്കളും."

മരങ്ങളുടെ എല്ലാ വശവും കാണാൻ കഴിയുന്നു. അപ്പുറവും ഇപ്പുറവുമെല്ലാം. ഭൂമിയിൽ പക്ഷേ, ഇങ്ങനെയല്ല. നോക്കുന്ന ഭാഗം മാത്രമേ കാണാൻ സാധിക്കൂ.... മറുഭാഗം കാണാനാകില്ലല്ലോ.

സജിനുവിന്റെ പിന്നിൽനിന്ന് ഒരു മനുഷ്യൻ അവരുടെയടുത്തേക്കു നടന്നു വരുന്നത് അവൻ കണ്ടു.

"എന്തൊരു വിചിത്രമായ കാഴ്ചയാണിത്. ഞാൻ തല തിരിച്ചു പിന്നിലേക്കു നോക്കാതെ തന്നെ തന്റെ പിറകിലെ മനുഷ്യനെ കാണാൻ സാധിക്കുന്നു."

ഇരുമ്പുചട്ടയണിഞ്ഞ ആ കറുത്ത മനുഷ്യൻ കുഞ്ഞുവെയിലിനോട് സംസാരിച്ചു കടന്നുപോയി. അത്ഭുതം. നടന്നുപോകുന്ന ആ മനുഷ്യന്റെ മുൻഭാഗവും കാല്പാദങ്ങളുടെ അടിവശവും കാണാൻ പറ്റും. സജിനു കുഞ്ഞുവെയിലിന്റെ പിന്നാലെ നടന്നു. അവന്റെ തലച്ചോറിലേക്ക് നൂറായിരം കാഴ്ചകൾ കടന്നുകൂടി. ഓരോ കാഴ്ചയുടെയും ആയിരം അടിദൃശ്യങ്ങൾ അവൻ കണ്ടുകൊണ്ടിരുന്നു.

വീടുകളുടെ അകത്തെ എല്ലാ മുറികളും വീടിന്റെ പുറത്തു നിന്ന് തന്നെ കാണാനാകുന്നു.

എന്തിന് സ്വന്തം മുഖം നോക്കാൻ കണ്ണാടി പോലും വേണ്ട. സ്വന്തം മുഖവും മുതുകും തലയുടെ പിൻഭാഗവുമൊക്കെ ഒരു പ്രയാസവുമില്ലാതെ തനിക്ക് കാണാം.

ഒരല്പം മങ്ങിയ സൂര്യപ്രകാശമാണ് ഇവിടെയെത്തുക. അധികം സംസാരിക്കാത്ത അധികം ചിരിക്കാത്ത യാതൊരു വികാരങ്ങളുമില്ലാത്ത ഒരുതരം കറുത്ത മനുഷ്യരുടെ ഭൂമി.

നിറങ്ങളില്ലാത്ത, നിഴലുകളില്ലാത്ത കറുത്ത മനുഷ്യരുടെ ഈ ഭൂമിയിൽ അടുത്തുള്ള സാധനങ്ങൾ വലുതായി കാണുകയും അകന്നുപോകുന്തോറും ചെറുതായി ചെറുതായി തോന്നുകയും ചെയ്യുന്നു. അകലവും അടുപ്പവും തിരിച്ചറിയാനാകുന്നില്ല. പല ദൃശ്യങ്ങളുടെയും തലകീഴായ ചിത്രവും കാണുന്നുണ്ട്.

“എന്താണിതൊക്കെ...?” നേരം കുറെയായി. അവർ ആ ബഹിരാകാശ വാഹനത്തിൽ കയറി പിങ്ക് ഭൂമിയുടെ മുകളിലൂടെ യാത്ര ചെയ്തു.

രോഗികളെ പരിശോധിക്കുന്ന ഡോക്ടർ ആമാശയത്തിലെ അസുഖം തിരിച്ചറിയുന്നതിന് വായ്ക്കകത്തുകൂടെ നോക്കുന്നു. തീർച്ച, അങ്ങനെ നോക്കിയാൽ ശരീരത്തിനുള്ളിലെ എല്ലാ അവയവങ്ങളും ഡോക്ടർക്കു കാണാനാകുന്നുണ്ട്. ചില കാഴ്ചകൾ കൂടിക്കലർന്നിരിക്കുമെന്നു മാത്രം.

“ഭൂമിയിൽ രാത്രിയാകാനുള്ള സമയമായി” കുഞ്ഞുവെയിൽ സജിനുവിനോടു പറഞ്ഞു.

“എന്നിട്ടെന്താ.... രാത്രിയാകാത്തേ.... എന്തെല്ലാം തലതിരിഞ്ഞ

കാഴ്ചകളാണ് ചങ്ങാതി...........ഞാനീ കാണുന്നത്?" സജിനു ചുറ്റു പാടും നോക്കിക്കൊണ്ടു ചോദിച്ചു.

"നീ കണ്ടതെല്ലാം ഈ നാട്ടിലെ പ്രത്യേകതകളാണ്. ഇവിടെ രാത്രിയില്ല" കുഞ്ഞുവെയിൽ പറഞ്ഞു.

"രാത്രിയില്ലെന്നോ?" സജിനു മനസ്സിലാകാത്ത കുട്ടിയെ പ്പോലെ കുഞ്ഞുവെയിലിനെ നോക്കി.

"അതേ" കുഞ്ഞുവെയിൽ വിശദീകരിച്ചു. "സജിനൂ, ഭൂമി യിൽ പ്രകാശം നേർരേഖയിലൂടെ സഞ്ചരിക്കുന്നു. അതു കൊണ്ടാണ് മരത്തിനപ്പുറവും മതിലിനപ്പുറവും വീടിനകത്തും നമ്മുടെ പിറകുവശവും ഒന്നും നമുക്കു കാണാൻ കഴിയാത്തത്.

ഇവിടെ ഈ ഭൂമിയിൽ പ്രകാശം ഇഷ്ടം പോലെ വളഞ്ഞു സഞ്ചരിക്കുന്നു. അതുകൊണ്ടാണ് ഇങ്ങനെയൊക്കെ സംഭവിക്കുന്നത്.

പ്രകാശം വളഞ്ഞു സഞ്ചരിക്കുന്നതിനാൽ സൂര്യൻ മറുവശത്താണെങ്കിലും വെളിച്ചം വളഞ്ഞ് ഇപ്പുറത്ത് എത്തുന്നു. അതുകൊണ്ടാണ് രാത്രിയാകാറുള്ള സമയമായിട്ടും ഇവിടെ എല്ലായിടത്തും വെളിച്ചമുള്ളത്.

മരത്തിന്റെ നിഴൽ ഉണ്ടാകുന്നത് മരത്തിനപ്പുറത്തേക്കു സൂര്യപ്രകാശത്തിന് നേരിട്ട് എത്താൻ കഴിയാത്തതിനാലാണ്. ഈ നാട്ടിൽ ആർക്കും ഒളിച്ചു നില്ക്കാനോ മറഞ്ഞു നില്ക്കാനോ സാധിക്കില്ല. നീ ധരിച്ച വസ്ത്രം വളഞ്ഞ പ്രകാശത്തെ കടത്തിവിടാത്തതാണ്.

ആമാശയത്തിലെയും കരളിലെയും രോഗങ്ങൾ കണ്ടുപിടിക്കാൻ വായ്ക്കകത്തു കൂടി ഡോക്ടർമാർ നോക്കുന്നതു കണ്ടില്ലേ? വളഞ്ഞുപോകുന്ന പ്രകാശം ശരീരത്തിന്റെ അകം കാണാൻ അവരെ സഹായിക്കും.

പിന്നെ നീ കണ്ട കുറെ ദൃശ്യങ്ങളില്ലേ..... അടുക്കും ചിട്ടയുമില്ലാത്ത എണ്ണമറ്റ ദൃശ്യങ്ങൾ! പ്രകാശം നേർരേഖയിൽ സഞ്ചരിക്കാത്തതുകൊണ്ട് സംഭവിക്കുന്നതാണതൊക്കെ....

പ്രകാശം നേർരേഖയിലൂടെയാണ് സഞ്ചരിക്കുന്നതെങ്കിൽ കാണേണ്ട കാഴ്ചകൾ മാത്രമേ നമുക്ക് കാണാൻ പറ്റൂ. നിങ്ങൾ താമസിക്കുന്ന ഭൂമി അങ്ങനെയാണ്. അതുകൊണ്ട് ഒരു കാര്യം തീർത്തു പറയാം.”

കുഞ്ഞുവെയിൽ സജിനുവിന്റെ മുഖത്തേക്കു നോക്കി.

ഭ്രമണമില്ലാത്ത ഭൂമിയിലെ കൊടുങ്കാറ്റ്

പ്രകാശം വളഞ്ഞു സഞ്ചരിക്കുന്ന ആ ഭൂമിയുടെ ദിക്കുകളെല്ലാം അരിച്ചുപെറുക്കിയെങ്കിലും ഒരു മനുഷ്യനെപ്പോലും കണ്ടെത്താൻ കുഞ്ഞുവെയിലിനായില്ല.

അവിടെ ഭാഷയില്ല, സംസാരമില്ല. ആംഗ്യങ്ങൾ കൊണ്ടു മാത്രം ആശയവിനിമയം നടത്തുന്ന ആ കറുത്ത മനുഷ്യർ എണ്ണത്തിൽ വളരെ കുറവായിരുന്നു. കറങ്ങുന്ന നീലക്കണ്ണുകളും വലിയ ചെവികളും പരുപരുത്ത പേശികളുമുള്ള ആ മനുഷ്യർ വികാരമില്ലാത്ത ജീവികളെപ്പോലെയായിരുന്നു. ആർക്കും ആരോടും സ്നേഹമില്ല. ഒരാൾ മറ്റൊരാളെ നോക്കി ചിരിക്കുന്നില്ല. ഭക്ഷണത്തിനായി മണ്ണിനടിയിലെ പടുകൂറ്റൻ മരക്കിഴങ്ങുകൾ മാന്തിപ്പറിച്ചെടുക്കുന്ന ജോലിമാത്രം ചെയ്യുന്ന മനുഷ്യർ.

തണലില്ലാത്ത ആ ലോകത്ത് ഇനി ആരെ തിരയാനാ...

അതുകൊണ്ടാണ് അക്കാര്യം കുഞ്ഞുവെയിൽ സജിനുവിനോടു പറഞ്ഞത്.

“ഇവിടെയും അവർ വന്നിരുന്നു. നമ്മുടെ ഭൂമിയിലെത്തിയ അന്യഗ്രഹ മനുഷ്യർ. പക്ഷേ.... ഇവിടെ വലിയ കെട്ടിടങ്ങളില്ല, വലിയ കുന്നുകളില്ല, വലിയ പുഴകളൊന്നുമില്ല, മൃഗങ്ങളും പക്ഷികളും ഇല്ലാത്ത ഒരു പരുക്കൻ സ്ഥലം. അന്യഗ്രഹ ജീവി

കൾക്ക് കളിച്ചുരസിക്കാൻ ഒന്നുമൊന്നും ഇവിടെയില്ല. അതുകൊണ്ടവർ ഈ സ്ഥലം ഉപേക്ഷിച്ചു.

ഇവിടെ പ്രകാശം വളഞ്ഞു സഞ്ചരിക്കുന്നതിനാൽ നമ്മൾ കാണുന്ന കാഴ്ചകളുടെ ലക്ഷക്കണക്കിന് ഇരട്ടി ദൃശ്യങ്ങൾ കണ്ടു കൊണ്ടേയിരിക്കും. ആ ദൃശ്യങ്ങളെയെല്ലാം വേർതിരിച്ചു മനസ്സിലാക്കാൻ കാണുന്നവരുടെ തലച്ചോറിന് എത്രയോ ഇരട്ടി കഴിവുവേണ്ടിവരും. എന്നാൽ അതു വ്യക്തമായി മനസ്സിലാക്കാനുള്ള കഴിവ് അന്യഗ്രഹ ജീവികളുടെ തലച്ചോറിന് ഇല്ല എന്നു വേണം കരുതാൻ. അതുകൊണ്ടാണ് ഈ നാട്ടിലെ ആളുകൾ ധരിക്കുന്ന ഒരു വസ്ത്രം മാത്രം എടുത്ത് അവർ ഭൂമിയിലേക്കു വന്നത്.

നീ നോക്ക് കറുത്ത മൊട്ടത്തലയന്മാരായ ഇവിടത്തെ മനുഷ്യരുടെ തലച്ചോറിന്റെ ശക്തി നമ്മുടെ ഭൂമിയിലുള്ള മനുഷ്യരുടെ തലച്ചോറിനേക്കാൾ എത്രയോ ഇരട്ടിയാണെന്നറിയോ. നീ കാണുന്നതുപോലെയല്ല ഇവർ കാഴ്ചകൾ കാണുന്നത്. ഇവർക്ക് ലക്ഷക്കണക്കിന് കാഴ്ചകളിൽ നിന്നു ദൃശ്യങ്ങളെ വേർതിരിച്ചു മനസ്സിലാക്കാൻ കഴിയുന്നുണ്ട്."

"ഇത്തരത്തിൽ ഭൂമി പോലെയുള്ള മറ്റു ഗ്രഹങ്ങൾ ഇനിയുമുണ്ടോ ഈ പ്രപഞ്ചത്തിൽ?" സജിനു ചോദിച്ചു.

"ഉണ്ട്. ധാരാളമുണ്ട്. അതിൽ ജീവനുള്ളതും ഇല്ലാത്തതുമുണ്ട്. ജീവനുള്ള അത്തരമൊരു ഗ്രഹത്തിൽ നിന്റെ അച്ഛനമ്മമാരുണ്ടാകും."

"എന്നാൽ നമുക്കങ്ങോട്ടു പോയാലോ...." വാഹനത്തിന്റെ വാതിൽ തുറന്നുകൊണ്ട് പെട്ടെന്ന് സജിനു ചോദിച്ചു.

"പിന്നെന്താ.... അങ്ങോട്ടേക്കു തന്നെ പോകാം." വാഹനത്തിനുള്ളിൽ കയറി വാതിലടച്ച കുഞ്ഞുവെയിൽ കണ്ണുകൾ ഇറുകെ അടയ്ക്കാൻ സജിനുവിനു നിർദ്ദേശം നല്കി. സജിനു കണ്ണുകൾ ഭദ്രമായി അടച്ചു. ഒരു കൊടുങ്കാറ്റിന്റെ ഇരമ്പൽ അവർ കേട്ടു. പെട്ടെന്നവൻ ഉറക്കത്തിലേക്കു വഴുതി വീണു.

ലക്ഷക്കണക്കിനു, കോടിക്കണക്കിനു കിലോമീറ്ററുകൾ സഞ്ചരിച്ച് ആ യാനപാത്രം എത്തിച്ചേർന്നത് മനുഷ്യ

ബുദ്ധികൊണ്ട് പല കാര്യങ്ങളും മനസ്സിലാക്കാൻ കഴിയാത്ത മറ്റൊരു ദേശത്തായിരുന്നു.

സജിനു ഉറക്കമുണർന്നു. വാഹനത്തിന്റെ വാതിൽ തുറന്നു പുറത്തിറങ്ങിയപ്പോൾ കത്തിജ്വലിക്കുന്ന പ്രകാശപൂരത്തിലേക്ക് ചെന്നു നില്ക്കുന്നതുപോലെ സജിനുവിനു തോന്നി. ചുറ്റുപാടും തിളങ്ങുന്ന പ്രകാശം. ചൂടു കൂടുതലുള്ള സ്ഥലം. ഇലകൾ കുറവായ മരങ്ങൾ. പച്ചിലകൾ ഉണ്ടെങ്കിലും മരച്ചില്ലകൾ ഇരുമ്പുകണക്കെയാണ്. കടുകട്ടിയാണ് ഓരോ ഇലയും. ആനച്ചെവിയോളം വലുപ്പവും കാഠിന്യവുമുണ്ട് സസ്യങ്ങളുടെ ഇലകൾക്ക്. ഒരേ ഇനം സസ്യങ്ങളാണ് അവിടെ വളരുന്നത്. ചില സ്ഥലങ്ങളിൽ നശിച്ച കാടുകളും മരങ്ങളും അവർ കണ്ടു. മനുഷ്യരോ മറ്റു ജന്തുക്കളോ ഒന്നും അവിടെയെങ്ങും ഇല്ല.

“എവിടെയാണ് നമ്മൾ? ഇവിടെങ്ങും ആരെയും കാണുന്നില്ലല്ലോ.” സജിനുവിന്റെ മനസ്സിലെ ആകാംക്ഷ തിരിച്ചറിഞ്ഞിട്ടെ

ന്നവണ്ണം കുഞ്ഞുവെയിൽ പറഞ്ഞു.

"പറയാം.... പക്ഷേ.... എത്രയും പെട്ടെന്ന് നമ്മളിവിടെനിന്ന് മറുഭാഗത്തേക്കു പോകണം. ശക്തമായ കാറ്റടിക്കാൻ സാദ്ധ്യതയുണ്ട്. കൊടുങ്കാറ്റ്....."

കുഞ്ഞുവെയിൽ സജിനുവുമായി ആ കഠിന ഭൂമിയുടെ ഉപരിതലത്തിലൂടെ പറന്നു.

യാത്ര ചെയ്യുന്നതിനിടെ കുഞ്ഞുവെയിൽ അവർ എത്തിച്ചേർന്ന ഗ്രഹത്തിന്റെ പ്രത്യേകതകൾ അവനു വിശദീകരിച്ചു കൊടുത്തു.

"ഭൂമദ്ധ്യരേഖാപ്രദേശമാണിത്. അതാണ് ചൂടു കൂടുതൽ. ഇരുമ്പുകണക്കെയുള്ള ഇലകളും ഉരുക്കുതടിയുമുള്ള വൃക്ഷങ്ങളുമാണ് ഇവിടെ ഉള്ളത്. മറ്റു സസ്യങ്ങളൊന്നും ഇവിടെ വളരാറില്ല. കാരണം......"

ഒന്നു നിർത്തി കുഞ്ഞുവെയിൽ സജിനുവിനെ നോക്കി.

അവൻ ബാക്കി കേൾക്കാനായി ശ്രദ്ധയോടെ ഇരിക്കുന്നത് കുഞ്ഞുവെയിൽ കണ്ടു.

"ആറുമാസത്തോളം സൂര്യപ്രകാശം കിട്ടാതെ വൃക്ഷങ്ങൾക്കും ചെടികൾക്കും എങ്ങനെ വളരാനാകും?"

"എന്താ പറഞ്ഞത് ആറുമാസം സൂര്യപ്രകാശം കിട്ടുന്നില്ലെന്നോ?" ചാടിയെഴുന്നേറ്റ് സജിനു ചോദിച്ചു.

"അതെ" കുഞ്ഞുവെയിൽ പറഞ്ഞു.

"ഈ ഗ്രഹത്തിൽ ആറുമാസം പകലും ആറുമാസം രാത്രിയുമായിരിക്കും."

ഇങ്ങനെ പറഞ്ഞ് കുഞ്ഞുവെയിൽ ദൂരേക്കു നോക്കി. ഭൂമിയിലെ മഹാസമുദ്രങ്ങളെല്ലാം ഇരച്ചുകയറി വരുന്നപോലെ ഒരു വലിയ ശബ്ദം അവർ കേട്ടു. മണ്ണിൽനിന്ന് കല്ലുകളെല്ലാം ഇളകി മുകളിലേക്കു പറന്നു. ഇരുമ്പു ശിഖരങ്ങളുള്ള വൃക്ഷങ്ങൾ മെല്ലെ ആടിയുലയാൻ തുടങ്ങി. മരങ്ങൾ തമ്മിൽ ഉരസി കാതടപ്പിക്കുന്ന ശബ്ദം.

"കാറ്റ്. ശക്തമായ കാറ്റിന്റെ വരവാണ്. ഭീകരനാണവൻ. ഭൂമിയിലെ കൊടുങ്കാറ്റിന്റെ നൂറിരട്ടി ശക്തിയുണ്ട്. എവിടെയെങ്കിലും

സുരക്ഷിത സ്ഥാനത്തേക്ക് ഒളിച്ചേ പറ്റൂ." കുഞ്ഞുവെയിൽ പറഞ്ഞു.

വാഹനത്തിന്റെ വേഗത കൂട്ടി. സജിനു കുഞ്ഞുവെയിലിന്റെ കൈക്ക് ബലമായി പിടിച്ചു. "അപകടമുള്ള സ്ഥലമാണെങ്കിൽ പിന്നെയെന്തിനാ നമ്മൾ ഇങ്ങോട്ടുവന്നത്. എനിക്കെന്റെ അച്ഛനമ്മമാരെ തിരികെ കിട്ടില്ലേ?" സജിനു ചോദിച്ചു

"നിന്റെ മാതാപിതാക്കൾ ഈ ഗ്രഹത്തിൽ എവിടെയെങ്കിലും ഉണ്ടാകും എന്നാണ് എനിക്ക് തോന്നുന്നത്."

സജിനുവിന്റെ മുഖത്ത് ആശ്വാസത്തിന്റെ കുഞ്ഞുവെളിച്ചം പരന്നു.

പിന്നെയും ആ ഭീകര ശബ്ദം കേട്ട് സജിനു പിന്നിലേക്ക് നോക്കി.

"സ്ഥിരമായി ഇവിടെ ചുറ്റിയടിക്കുന്ന കാറ്റാണ്. ഇവിടത്തെ ജീവികൾക്ക് ഈ കാറ്റിൽനിന്ന് രക്ഷനേടാൻ സാധിക്കും. പക്ഷേ, ഭൂമിയിൽ ജീവിച്ച നിനക്ക് അതിന് കഴിയില്ല. ഇവിടെയും ജീവികൾ വസിക്കുന്നുണ്ട്. ഭ്രമണമില്ലാത്ത ഒരു ഗ്രഹമാണിത്. ആ വ്യത്യാസം മാത്രം."

"ഭ്രമണമില്ലാത്ത ഗ്രഹമോ? അതെങ്ങനെ?" സജിനു ചോദിച്ചു.

"അതെ. നിങ്ങടെ ഭൂമിപോലെ മറ്റൊരു ഭൂമി. ഭ്രമണമില്ല എന്നു മാത്രം."

ഒന്നും മനസ്സിലാകാതെതന്നെ തുറിച്ചുനോക്കിയ സജിനുവിന്റെ കണ്ണുകൾ കുഞ്ഞുവെയിൽ പൊത്തിപ്പിടിച്ചു.

ദൂരെയെങ്ങോ ആർത്തലച്ച് അട്ടഹാസം മുഴക്കുന്ന കൊടുങ്കാറ്റിന്റെ രൗദ്രഭാവം അപ്പോഴേക്കും അവരുടെ തൊട്ടുപിറകിലെത്തിയിരുന്നു.

അവസാനിക്കാത്ത പകലും രാത്രിയും

തൊട്ടുമുന്നിൽ ഹിമാലയ പർവ്വതത്തോളം ഉയരമുള്ള ഒരു കറുത്ത ഗുഹയുടെ വാതിൽ കണ്ടു പെട്ടെന്ന് കുഞ്ഞുവെയിൽ വാഹനത്തെ അങ്ങോട്ടു കയറ്റി. വാഹനം മിന്നൽ വേഗത്തിൽ ഗുഹയ്ക്കകത്തു കടന്ന് വളഞ്ഞുപുളഞ്ഞ് ഏറെ മുന്നോട്ടുപോയി നിന്നു. ഞെട്ടിത്തെറിച്ച് പിന്നിലേക്ക് വീണുപോയ സജിനുവിന്റെ അരികിലെത്തി കുഞ്ഞുവെയിൽ. ഒന്നും, ഒന്നുമൊന്നും മനസ്സിലാകാതെ പെട്ടെന്നുണ്ടായ ഷോക്കിൽ നിശ്ശബ്ദനായ കൂട്ടുകാരനെ നോക്കി സജിനു. പുറത്ത് തിരയടിച്ചുയരും കണക്കെ കാറ്റിന്റെ ഇരമ്പൽ.

"നീ പേടിക്കാതെ" കുഞ്ഞുവെയിൽ അവനെ സമാധാനിപ്പിക്കാൻ നോക്കി. "ഭ്രമണമില്ലാത്ത ഭൂമിയിലെ കാലാവസ്ഥമാറ്റം മൂലമുണ്ടാകുന്ന കൊടുങ്കാറ്റാണ് പുറത്ത് വീശിയടിക്കുന്നത്. കാറ്റിന്റെ ശക്തി കുറഞ്ഞിട്ട് നമുക്ക് പുറത്തിറങ്ങാം."

കുഞ്ഞുവെയിൽ മെല്ലെ സജിനുവിന്റെ ചുമലിൽ പിടിച്ചു. "നീ നോക്ക് പുറത്തുനിന്നു നോക്കുമ്പോൾ ഒരു കറുത്ത ഗുഹയാണെങ്കിലും ഇതിനകത്തു നിറയെ പ്രകാശമാണ് അല്ലേ." ഗുഹാഭിത്തികളിലെ ബൾബുകൾ പോലെ തിളങ്ങുന്ന വെള്ളക്കല്ലുകൾ ചൂണ്ടിക്കാട്ടി ഗുഹയ്ക്കകത്തെ കാഴ്ചകളെക്കുറിച്ച് കുഞ്ഞുവെയിൽ വിവരിച്ചു.

"മിന്നുന്ന പ്രകാശത്തിനു താഴേക്കൊന്നു നോക്കിയേ. പടം വരച്ചിരിക്കുന്നത് കണ്ടോ. ആരൊക്കെയോ താമസിക്കാൻ തെരഞ്ഞെടുത്ത വീടായിരിക്കും ഈ ഗുഹ. ഇവിടെയുള്ള ചിത്രങ്ങൾ വരച്ചത് കൈയും കാലുമൊക്കെയുള്ള ഏതെങ്കിലും ജീവികളായിരിക്കും. തീർച്ച, ഈ ഗുഹയ്ക്കകത്ത് ആരൊക്കെയോ ഉണ്ട്. ഭ്രമണമില്ലാത്ത ഈ ഭൂമി സ്വയം കറങ്ങുന്നില്ലെങ്കിലും ഒരുവർഷംകൊണ്ട് സൂര്യന് ചുറ്റും കറങ്ങുന്നു. ഇങ്ങനെ സൂര്യനുചുറ്റും കറങ്ങുന്നതുകൊണ്ട് ഭൂമിയുടെ പല ഭാഗത്തും

പല സമയങ്ങളിലായിരിക്കും വെളിച്ചം കിട്ടുക. ഡിസംബർ മാസത്തിൽ നമ്മളിരിക്കുന്ന ഈ ഭാഗം സൂര്യനു നേരെ തിരിഞ്ഞിരിക്കുന്നുണ്ടെങ്കിൽ ജൂണിൽ ഈ ഭാഗം മറുവശത്തായിരിക്കും. മനസ്സിലായോ ഞാൻ പറഞ്ഞത്. ഒരു വർഷമെടുക്കും. ഒരു പകലും രാത്രിയും അവസാനിക്കാൻ. ഭൂമദ്ധ്യരേഖാ പ്രദേശത്ത് പൊള്ളുന്ന വെയിൽ മാസങ്ങളോളം തുടരും. അതുകഴിഞ്ഞാൽ മാസങ്ങളോളം രാത്രിയുണ്ടാകും. ഇങ്ങനെയൊരു കാലാവസ്ഥയിൽ ഇവിടത്തെ ജീവികൾ നിങ്ങളുടെ ഭൂമിയിലെ മനുഷ്യരെപ്പോലെയാകില്ല. ഇവിടത്തെ നീണ്ട പകലിലും നീണ്ട രാത്രിയിലും ഉണ്ടാകുന്ന ചൂടും തണുപ്പും അനുഭവിക്കുന്നതിനുള്ള പ്രത്യേക ശരീരം ഉള്ളവരായിരിക്കും അവർ.”

എല്ലാം കേട്ടു സജിനു. അവന് ഒന്നും മിണ്ടാൻ തോന്നിയില്ല. കൊടുങ്കാറ്റിന്റെ സഞ്ചാരം അവസാനിച്ചപ്പോൾ അവർ വാഹനത്തെ ഗുഹയ്ക്ക് പുറത്തിറക്കി.

ഇരുവരും ആകാശത്തേക്കു നോക്കി. നേരം ഇരുളുകയാണോ. ഇരുട്ട് പരക്കാൻ തുടങ്ങിയതുപോലെ.

പെട്ടെന്നാണ് ഒരുകൂട്ടം കറുത്ത് തടിച്ച മനുഷ്യർ മുതുകത്ത് ഭാണ്ഡക്കെട്ടുകളുമായി ഗുഹയ്ക്കകത്തേക്ക് കയറിപ്പോയത്. കംഗാരുവിന്റെ വയറിനു കീഴെയുള്ള സഞ്ചികണക്കെ ആ കറുത്തു തടിച്ചു മൂടികളില്ലാത്ത മനുഷ്യരുടെ മുതുകത്ത് ശരീരത്തോട് ചേർന്ന് തൂങ്ങി കിടക്കുന്ന ഒരു വലിയ സഞ്ചി.

അതിനകത്ത് എന്തൊക്കെയോ സാധനങ്ങളുണ്ട്. ഉരുക്കു കുപ്പായം ദേഹത്ത് ഒട്ടിപ്പിടിച്ചതുപോലെയാണ് ശരീരം.

അന്യഗ്രഹ ജീവികളുടെ വാഹനത്തെ തൊട്ടുരുമ്മി അവർ കടന്നുപോയെങ്കിലും അങ്ങനെയൊരു സാധനം അവിടെയുണ്ടെന്നുപോലും അവർക്ക് മനസ്സിലായില്ല.

അവർ ഗുഹയ്ക്കകത്തു കയറി കുറച്ചുനേരം കഴിഞ്ഞപ്പോൾ മിന്നിത്തിളങ്ങിയിരുന്ന ഗുഹാഭിത്തിയിലെ പ്രകാശക്കല്ലുകളെല്ലാം അണഞ്ഞു.

“സജിനു ഇരുട്ട് ഇഷ്ടപ്പെടുന്ന ജീവികളാണവർ. ഇനി കുറച്ചു മാസങ്ങൾ ഇവിടെ ഇരുട്ടായിരിക്കും. അതുകഴിഞ്ഞ്

ഇവിടെ വെളിച്ചം വരുമ്പോൾ ഇവർ ഇവിടെനിന്ന് ഇരുട്ടുള്ള ഈ ഗ്രഹത്തിന്റെ മറ്റൊരു കോണിലേക്ക് യാത്രയാകും. അതു മാത്രമല്ല വെളിച്ചം ഇഷ്ടപ്പെടുന്നവർ ഇവിടെ ഇരുട്ട് പരക്കാറാകുമ്പോൾ ഈ ഗ്രഹത്തിന്റെ മറ്റൊരു ഭാഗത്തുള്ള വെളിച്ചം നോക്കി അങ്ങോട്ട് യാത്ര പുറപ്പെടും. സഹിക്കാവുന്ന ചൂടും ആവശ്യത്തിന് വെളിച്ചവുമുള്ള സ്ഥലങ്ങൾ നോക്കി സഞ്ചാരം നടത്തുന്ന ദേശാടനക്കാരായ അറിവുള്ള ജീവികളും ഇവിടെയുണ്ടാകും. അവർ വരച്ചതാകാം ആ ചിത്രങ്ങൾ."

ഇങ്ങനെ അവർ ഓരോന്ന് സംസാരിച്ചിരിക്കെ ആ ഗുഹയുടെ വാതില്ക്കൽ 'ഠ' പ്പോന്നൊരു ശബ്ദത്തോടെ ഒരു വലിയ പാറക്കഷണം വന്നുവീണു. പിന്നീട് കേട്ടത് ഒരു മഴ പെയ്യുന്ന പോലത്തെ ശബ്ദം. കുഞ്ഞുവെയിൽ എഴുന്നേറ്റ് നോക്കി. ദൂരെ നിന്നും തങ്ങളുടെ വാഹനത്തിനു മുകളിലൂടെ ഒഴുകിപ്പരക്കുന്ന ജലം. ഇപ്പോൾ വെള്ളത്തിനടിയിലാണ് ആ വാഹനം. ഒന്നുരണ്ടു വട്ടം അത് ആടിയുലഞ്ഞു. സജിനു ഒന്നുമറിയുന്നില്ല. അവൻ ചിന്തയിലാണ്. ഈ വാഹനം കരയിലേക്ക് ഇരച്ചു കയറിയ സമുദ്രജലത്തോടൊപ്പം ലക്ഷ്യമില്ലാതെ ഒഴുകിപ്പോകുന്നത് എങ്ങനെയാണ് അവനോട് പറയുക. ഇരുട്ട് പരന്ന ആകാശവും ചുറ്റുപാടുകളും നോക്കി ഭയന്നു വിറച്ചിരിക്കുകയാണ് സജിനു. അവന് ചിലത് പറയണമെന്നുണ്ട്. പക്ഷേ, ശബ്ദം പുറത്തേക്കു വരുന്നില്ല. ഒരുപക്ഷേ, ഇനിയൊരിക്കലും തന്റെ മാതാപിതാക്കളെ കണ്ടെത്താൻ കഴിയില്ലെന്ന ചിന്ത ആയിരിക്കുമോ അവന്റെ ഉള്ളിൽ?

ഭയന്നുവിറച്ചുപോയ സജിനു കുഞ്ഞുവെയിലിന്റെ കൈയിൽ മുറുകെ പിടിച്ചു. "നമുക്ക് പോകാം. ഭൂമിയിലേക്ക് തിരികെ പോകാം. എനിക്കു പേടിയാകുന്നെടാ...."

"പോകാം...." കുഞ്ഞുവെയിൽ മറ്റെന്തോ ആലോചിച്ചു കൊണ്ടു പറഞ്ഞു. "ഈ സമുദ്രജലത്തിന്റെ ഒഴുക്കൊന്നു ശാന്തമായശേഷം നമുക്ക് വാഹനത്തെ ഉയർത്താം."

കൂറ്റൻ മത്സ്യങ്ങളെപ്പോലെ മനുഷ്യരൂപമുള്ള കുഞ്ഞുങ്ങൾ ജലത്തിനു മുകളിൽ നീന്തിത്തുടിക്കുന്നത് സജിനു കണ്ടു.

“ഇരുട്ടിനെ ഇഷ്ടപ്പെടുന്ന മനുഷ്യരുടെ മക്കളാണവർ. അവർക്ക് ഈ ജലപ്രവാഹം ഒരു പ്രശ്നമേയല്ല. വെള്ളം കയറുമ്പോൾ നീന്തി രസിക്കുന്നത് അവർക്ക് ഒരു ഉത്സവം പോലെയാണ്.” കുഞ്ഞുവെയിൽ പറഞ്ഞതൊന്നും കേൾക്കാൻ സജിനുവിന്റെ മനസ്സ് തയ്യാറായില്ല. എത്രയും പെട്ടെന്ന് രക്ഷപ്പെട്ടേ മതിയാകൂ.....? അവൻ ചിന്തിച്ചു. എന്റെ ഭൂമി, അല്ല നമ്മുടെ ഭൂമി..... ഇത്തരം അപകടങ്ങളൊന്നുമില്ലാതെ വളരെ ശാന്തമായ ഒരമ്മയെപ്പോലെ മക്കളെ പരിപാലിക്കുന്ന എന്റെ അമ്മഭൂമി.

എന്തെല്ലാം അപകടങ്ങൾ ഇവിടെയുണ്ടെങ്കിലും എനിക്കു ഇവിടെ നിന്നു പോയേ തീരൂ......

ഭൂമിയാണ് പ്രപഞ്ചത്തിലെ സ്വർഗ്ഗം

"സജിനു, കടൽജലം ശാന്തമായിയെന്നു തോന്നുന്നു. നമുക്ക് തിരികെപോകാനുള്ള സമയമായി. ഭ്രമണമില്ലാത്ത ഈ ഭൂമി സൂര്യനു ചുറ്റും കറങ്ങുന്നതിന്റെ ഫലമായി സൂര്യൻ നില്ക്കുന്നതിന്റെ നേരെ എതിർഭാഗത്ത് സമുദ്രജലം തള്ളി നില്ക്കും. രാത്രി സമയത്ത് വെള്ളം പൊങ്ങും. കരകളെല്ലാം കട ലെടുക്കും. അങ്ങനെയൊരു ദേശത്താണ് ഞാനും നീയും എത്തി ച്ചേർന്നത്. കറക്കമില്ലാത്ത ഈ ഭൂമിയെവച്ച് ഒരു ഭൂപടംപോലും നിർമ്മിക്കാനാവില്ല. കറങ്ങാത്ത ഈ ഭൂമിയേക്കാൾ എത്രയോ നല്ല വാസസ്ഥലമാണ് കറങ്ങുന്ന നിങ്ങളുടെ ഭൂമി. അല്ലേ..... പക്ഷേ, പലപ്പോഴും നിങ്ങൾ താമസിക്കുന്ന ഭൂമിയുടെ വില എത്ര വലുതാണെന്ന് അവിടത്തെ മനുഷ്യർ തിരിച്ചറിയുന്നില്ല. അതു കൊണ്ടാണ് അവിടെ ഭൂമിയിൽ അപകടമുണ്ടായത്."

"അതെന്താ നീ അങ്ങനെ പറഞ്ഞത്?" സജിനു ചോദിച്ചു.

"സജിനു നിങ്ങൾ താമസിക്കുന്ന ഭൂമി എത്ര സുന്ദരമാണ്. നല്ല വായു, നല്ല അന്തരീക്ഷം, ആവശ്യത്തിനു ചൂടും വെളിച്ച വും. അല്ലേ.... പക്ഷേ, നീ ഒന്നാലോചിച്ച് നോക്ക്. നീ താമസി ക്കുന്ന ആ ഭൂമിയിൽ നിന്നാണല്ലോ നമ്മൾ യാത്ര തിരിച്ചത്. പിന്നീട് ഈ പ്രപഞ്ചത്തിലെ എത്രയെത്ര ഭൂമികൾ നമ്മൾ കണ്ടു കഴിഞ്ഞു. ഒരിടത്ത് പ്രകാശം വളഞ്ഞു സഞ്ചരിക്കുന്നു. ഒരിടത്തെ

ഭൂമിക്കാണെങ്കിൽ ഭ്രമണമില്ല. നമ്മൾ കണ്ട കാഴ്ചകളെല്ലാം നീ ഒന്നുകൂടി ഓർത്തുനോക്കൂ.... നമ്മൾ സന്ദർശിച്ച ഈ പ്രപഞ്ച ത്തിലെ ഭൂമികളിലൊന്നും നിന്നെപ്പോലെയുള്ള മനുഷ്യരില്ല. ഏതാണ്ട് മനുഷ്യരുടെരൂപമുള്ള കുറേ ജീവികൾ. ഇരുകാലി ലാണ് നടക്കുന്നതെങ്കിലും അവർക്ക് നിങ്ങൾ മനുഷ്യരെപ്പോലെ ബുദ്ധിയും വിവേകവും ഒന്നുമില്ല.

എന്നാൽ, നിങ്ങൾക്ക് താമസിക്കാൻ ലഭിച്ച ഭൂമി പ്രപഞ്ച ത്തിലെ സ്വർഗ്ഗം തന്നെയല്ലേ. അങ്ങോട്ടുമിങ്ങോട്ടും സ്നേഹി ക്കാൻ, സന്തോഷിക്കാൻ സമാധാനത്തോടെ ജീവിക്കാൻ മനു ഷ്യർക്കു ലഭിച്ച ഒരേയൊരു ഗ്രഹമാണ് ഭൂമി.”

എത്ര തവണയെന്നറിയില്ല സജിനു അങ്ങനെപറഞ്ഞുകൊണ്ടിരുന്നു.

“പക്ഷേ, ആ സ്വർഗ്ഗത്തെ എത്രയോതവണ നരകമാക്കിയ മനുഷ്യർ ഭൂമിയെ കൊലയ്ക്കു കൊടുത്തു എന്നുവേണം പറയാൻ.

മണ്ണിനെ സ്നേഹിക്കാതെ ഭൂമിയെ സ്നേഹിക്കാനാകുമോ.... മരങ്ങളെ സ്നേഹിക്കാതെ ഭൂമിയെ സ്നേഹിക്കാനാകുമോ? ജലവും വായുവും സംരക്ഷിച്ചുകൊണ്ട് ഒരു അമ്മയോട് എന്നപോലെ നമുക്ക് ഭൂമിയെ സ്നേഹിക്കാൻ കഴിയുന്നില്ലല്ലോ.....”

സജിനുവിന്റെ ശബ്ദമിടറി.

അവിടെ കൂടു നഷ്ടപ്പെട്ട ആയിരക്കണക്കിനു കിളികളുണ്ടായിരുന്നു. ജലം നഷ്ടമായ എത്രയോ ജലജീവികൾ.........

വിശപ്പിന്റെ നിലവിളിയുമായി തീറ്റ തേടി അലഞ്ഞ കാട്ടുമൃഗങ്ങൾ. ഇതൊന്നും കാണാതെ കണ്ണുകളടച്ച മനുഷ്യരാണവർ. എന്നിട്ടവർ കൂടിയിരുന്ന് ആലോചിച്ചു, ഒരു മേശയ്ക്കു ചുറ്റുമിരുന്നു ചിന്തിച്ചു. മറ്റു ഗ്രഹത്തിൽ ജീവനുണ്ടോ എന്ന്. മറ്റു ഗ്രഹങ്ങളിലെ ജീവിവർഗ്ഗത്തെക്കുറിച്ച് ഗവേഷണം നടത്തി. എത്രയെത്ര ദിവസങ്ങളാണ് അവർ ഈ അന്വേഷണത്തിനുവേണ്ടി മാറ്റിവച്ചത്. എത്രയെത്ര വർഷങ്ങൾ അവർ തലപുകഞ്ഞ് ആലോചിച്ചു.

പ്രപഞ്ചത്തിൽ ഏതെങ്കിലും ഗ്രഹങ്ങളിൽ ജീവനുണ്ടായേക്കും. അതുകണ്ടെത്തി ബുദ്ധിമാനായ മനുഷ്യർ തങ്ങളാണ് എന്നു സ്വയം അഭിമാനിക്കാൻ ആഗ്രഹിക്കുന്ന മനുഷ്യരെ പരാജയപ്പെടുത്തിയിരിക്കുകയാണ് ഭൂമിയിലെത്തിയ അന്യഗ്രഹനിവാസികൾ.

അന്യഗ്രഹവാസികളുമായി ബന്ധം പുലർത്താനാഗ്രഹിച്ച മനുഷ്യരെ ഉറുമ്പുകണക്കെയാണ് ചവിട്ടിയരയ്ക്കുന്നത്. ഇവിടെ മനുഷ്യരുടെ ബുദ്ധിയും കഴിവും സാങ്കേതികവിദ്യയുമൊന്നും പ്രയോജനപ്പെടുന്നില്ല. മനുഷ്യരേക്കാൾ എത്രയോ ഇരട്ടി സാങ്കേതികമായി അറിവുലഭിച്ച ഇരുമ്പു മനുഷ്യർ ഭൂഗോളത്തെ ഒരു കുപ്പത്തൊട്ടിയാക്കി മാറ്റിയിരിക്കുന്നു.

ബുദ്ധിമാന്മാരെന്ന് അഹങ്കരിച്ച മനുഷ്യരേ, നിങ്ങൾക്കൊന്നു

ചെയ്യാമായിരുന്നു....മറ്റു ഗ്രഹങ്ങളിലെ ജീവിവർഗ്ഗങ്ങളെക്കുറിച്ചുള്ള ഗവേഷണത്തിനായി വർഷങ്ങൾ കഠിനാദ്ധ്വാനം ചെയ്തതുപോലെ ഈ ഭൂമിയെ നന്മയുടെ ഏറ്റവും വലിയ സ്വർഗ്ഗമാക്കാൻ നിങ്ങൾക്കു ശ്രമിക്കാമായിരുന്നു. എങ്കിൽ.... ഈ ഭൂമിയിൽ എത്ര വലിയ സമാധാനത്തോടെ നമുക്ക് കഴിയാമായിരുന്നു.

ഇനിയെന്തു ചെയ്യാനാകും. എല്ലാം കൈവിട്ടുപോയി..... എല്ലാം നഷ്ടപ്പെടുന്നു.... ഭൂമി അന്യഗ്രഹ ജീവികൾക്ക് ചവിട്ടി മെതിച്ചു കളിക്കാനുള്ള വെറുമൊരു നിലം.

ഇങ്ങനെ ഓരോന്നോർത്ത് സജിനു വിങ്ങിപ്പൊട്ടി.

അങ്ങനെയൊരു ഗ്രഹം

എന്തുപറഞ്ഞാണ് ഇവനെയൊന്ന് ആശ്വസിപ്പിക്കുക.

തേങ്ങിക്കരയുന്ന സജിനുവിന്റെയടുത്തു ചെന്നു കുഞ്ഞുവെയിൽ പറഞ്ഞു.

"നിന്റെ സങ്കടം എനിക്കു മനസ്സിലാകും.... പക്ഷേ... എനിക്കൊരു പ്രതീക്ഷയുണ്ട്.... ഈ പ്രപഞ്ചത്തിൽ ഏതെങ്കിലും ഗ്രഹത്തിൽ നന്മയുടെ മണമുള്ള ജീവികളുണ്ടാവും. സുന്ദരന്മാരും സുന്ദരികളുമായ ജീവികൾ. അവർക്ക് താമസിക്കാൻ നല്ല വീടുകളുണ്ടാകും. അവർക്കു തണൽ നല്കുന്ന, പഴങ്ങൾ നല്കുന്ന ഒത്തിരിയൊത്തിരി വൃക്ഷങ്ങളുണ്ടാകും. ഭൂമിപോലെതന്നെ നല്ല സസ്യങ്ങളും നല്ല ജന്തുക്കളും നല്ല പക്ഷികളുമൊക്കെയുള്ള ഒരു ഗ്രഹം. പാടിയൊഴുകുന്ന പുഴകളൊക്കെയുള്ള ഒരു ഗ്രഹം. ആ ഗ്രഹത്തിൽ നന്മയും തിന്മയും തിരിച്ചറിയാവുന്ന ജീവികളുണ്ടാകും. തിന്മയെ എതിർത്തുതോല്പിക്കാനുള്ള സർവ്വശക്തിയും അവർക്കുണ്ടാകും."

ഒരു നീണ്ട നിശ്ശബ്ദതയ്ക്കുശേഷം സജിനു ചോദിച്ചു.

"അങ്ങനെയൊരു ഗ്രഹം ഈ പ്രപഞ്ചത്തിലുണ്ടോ?"

"ഉണ്ടാകും. എന്നിട്ട് ആ ഗ്രഹത്തിലെ നന്മ നിറഞ്ഞ ജീവികൾ നിങ്ങളുടെ ഭൂമിയെ രക്ഷിക്കും. തീർച്ച."

കുഞ്ഞുവെയിലിന്റെ പ്രത്യാശ പകരുന്ന വാക്കുകൾ കേട്ടപ്പോൾ തന്നെ സജിനുവിന്റെ ഉള്ളു തണുത്തു.

“എന്നാൽ... നമുക്കങ്ങോട്ടുപോകാം. ഭൂമിയെ ചവിട്ടി മെതിക്കുന്ന കാട്ടാളന്മാരെക്കുറിച്ച് നമുക്ക് സംസാരിക്കാം. നന്മ നിറഞ്ഞ ആ ജീവികൾ എത്രയും വേഗം ഭൂമിയിലേക്ക് പോകട്ടെ. ആ ജീവികളെക്കൊണ്ടു ഭൂമി നിറയട്ടെ. നീ വാഹനമുയർത്തൂ. നമുക്കങ്ങോട്ടു തന്നെ പോകാം.”

വല്ലാത്തൊരു ആവേശത്തോടെയാണ് സജിനു പറഞ്ഞത്. എങ്ങനെയും ഭൂമിയെ രക്ഷിച്ചേ മതിയാകൂ. തന്റെ മാതാപിതാക്കളെപ്പോലെ ഒരുപാട് മനുഷ്യർ വേദനയനുഭവിക്കുന്നുണ്ട്. അവരെയെല്ലാം രക്ഷിക്കണം.

"പക്ഷേ.... സജിനൂ...." കുഞ്ഞുവെയിൽ സംശയത്തോടെ സജിനുവിനെ നോക്കി.

"എന്താ എന്താ നീ പറയാൻവന്നത്." സജിനു ചോദിച്ചു.

"എടാ.... ഞാൻ പറഞ്ഞത് എന്റെയൊരു പ്രതീക്ഷ മാത്രമാണ്...."

സംശയിച്ചുനിന്ന കുഞ്ഞുവെയിലിന്റെ തോളത്തു മുറുകെപ്പിടിച്ചുകൊണ്ട് ശക്തമായ ഭാഷയിൽ സജിനു പറഞ്ഞു.

"നിന്റെ പ്രതീക്ഷ. ആ പ്രതീക്ഷ സംഭവിക്കാൻ പോവുകയാണ്. നിന്റെ പ്രതീക്ഷ യാഥാർത്ഥ്യമാകും. എനിക്കുറപ്പുണ്ട്. നീ വാഹനമുയർത്ത്... നമുക്ക് പോകാം..."

സജിനു എല്ലാ വിഷമങ്ങളും മാറ്റിവച്ചപോലെ. പ്രതീക്ഷയുടെ ഊർജ്ജം നിറഞ്ഞ അവന്റെ മനസ്സും ശരീരവും. അവൻ ഉണർന്നിരിക്കുന്നു. പൊതുപരീക്ഷയിൽ എല്ലാ വിഷയങ്ങൾക്കും ഒന്നാമനായ കുട്ടിയുടെ അഭിമാനബോധം അവന്റെ മനസ്സിലുണ്ട്.

കട്ടഭൂമി

മിന്നൽ വേഗമാണ് ആ വാഹനത്തിന് “എന്തൊരു സ്പീഡാണിതിന്” എന്നു പലതവണ സജിനു പറയുകയുണ്ടായി. അപ്പോ

ഴെല്ലാം കുഞ്ഞുവെയിൽ അവനോടു പറഞ്ഞത് ഭൂമിയിലെത്തിയ അന്യഗ്രഹ ജീവികളുടെ സാങ്കേതിക വളർച്ചയെക്കുറിച്ചാണ്. മണിക്കൂറിൽ ലക്ഷക്കണക്കിനു കിലോമീറ്റർ സഞ്ചരിക്കാവുന്ന ഈ വാഹനം കണ്ടുപിടിച്ച ആളുകൾ അത്ര നിസ്സാരന്മാരല്ല. ഭൂമിയിലെ മനുഷ്യർക്ക് സ്വപ്നം കാണാൻപോലും കഴിയാത്ത യന്ത്രസാമഗ്രികൾ അവരുടെ കൈവശമുണ്ടാകും. ചിലപ്പോൾ ഒരൊറ്റരാത്രി കൊണ്ട് ഭൂമിയെ തകർത്തു തരിപ്പണമാക്കാനും അവർക്കു സാധിച്ചുവെന്നു വരും. അവർ എവിടെ നിന്നുവന്നു എന്ന് അന്വേഷിച്ചു കണ്ടെത്താതെ അവരുടെ സ്വഭാവത്തെ കുറിച്ച് ഒന്നും പറയാനാകില്ല.

കൂർത്ത കുന്നുകൾക്കു മുകളിൽ വാഹനമെത്തിയപ്പോൾ അതിന്റെ വേഗം കുറഞ്ഞു. സജിനു പ്രതീക്ഷയോടെ താഴേക്കു നോക്കി. മൊട്ടക്കുന്നുകളും താഴ്വാരങ്ങളും വലിയ പാറക്കെട്ടു കളുമായി ഒരു സ്ഥലം. ഒരു മരച്ചില്ലയോ, ഒരു ജലാശയമോ ഒരു മഹാസമുദ്രത്തിന്റെ നിറമോ അവിടെങ്ങുമില്ല. മുകളിൽനിന്നു നോക്കുമ്പോൾ വലിയ ഒരു കുഴി കണക്കെയാണു തോന്നുന്നത്.

ഇവിടെ എവിടെയെങ്കിലുമാകുമോ ആ നല്ല മനുഷ്യരുടെ ഗ്രഹം. പക്ഷേ, ഒരു പച്ചില പോലുമില്ലാത്ത ഈ പ്രദേശത്ത് മനുഷ്യരെങ്ങനെ താമസിക്കും.

കൂട്ടുകാരന്റെ നിശ്ശബ്ദതയും ആലോചനയും കണ്ടപ്പോഴേ കുഞ്ഞുവെയിലിനു കാര്യം മനസ്സിലായി.

“നീ വിഷമിക്കുകയൊന്നും വേണ്ട.” കുഞ്ഞുവെയിൽ ചിരി ച്ചുകൊണ്ട് പറഞ്ഞു. “നമ്മൾ അവിടെയെത്തുമെന്നു തന്നെയാണ് എന്റെ പ്രതീക്ഷ. ഈ ഗ്രഹം ഒരു ചതുരക്കട്ടയാണ്. അതായത് ചതുര ഭൂമി.”

കണ്ണുമിഴിച്ചുപോയി സജിനു. ചതുര ഭൂമിയോ? അങ്ങനെയും ഒരു ഭൂമിയോ? “ഭൂമിക്ക് ഗോളാകൃതിയല്ലേ” സജിനു ചോദിച്ചു.

“അതെ. ആ ഗോളാകൃതി നിങ്ങൾ താമസിക്കുന്ന ഭൂമിക്കു ണ്ട്. മാത്രമല്ല എല്ലാ ഗ്രഹങ്ങളും ഗോളാകൃതിയിലാണ്. ഗുരു ത്വാകർഷണമാണ് ഇതിനു കാരണമെന്നു നിനക്കറിയാമല്ലോ. സ്വന്തം കേന്ദ്രത്തിലേക്ക് ഭൂമി സകല വസ്തുക്കളേയും വലിച്ച

ടുപ്പിക്കുന്നതു കൊണ്ടല്ലേ ഭൂമി അങ്ങനെ ഗോളരൂപത്തിലായത്."

"ഈ ഗ്രഹത്തിന്റെ വശങ്ങളെല്ലാം വലിയ കുന്നുകളാണ്. പർവ്വതങ്ങൾ. മദ്ധ്യഭാഗം കുഴിഞ്ഞിരിക്കും."

"ഹൊ! ഓർക്കുമ്പോൾ തന്നെ പേടി തോന്നുന്നു. നമ്മുടെ ഭൂമിക്ക് ചതുരാകൃതിയല്ലാത്തത് ഭാഗ്യം തന്നെ അല്ലേ." സജിനു ചോദിച്ചു.

"അതെ. അതുകൊണ്ടല്ലേ നിങ്ങൾ ഭൂമിയിലെ ജീവികൾ ഭാഗ്യവാന്മാരാണെന്നു ഞാൻ പറഞ്ഞത്. ഭൂമിയുടെ രൂപം ഒരു കട്ടപോലെ ആയിരുന്നെങ്കിൽ എന്തൊക്കെ സംഭവിക്കുമായിരുന്നുവെന്നറിയോ... സമുദ്രം മദ്ധ്യഭാഗത്തായിരിക്കും. അതിനു ചുറ്റുമായി രാജ്യങ്ങൾ. ഒരു കുളത്തിനു ചുറ്റും കര എന്ന പോലെ കടലിനു ചുറ്റാകെ കരഭൂമി. അതായത് ഭൂമിയുടെ മുക്കാൽ ഭാഗവും കര."

"നമ്മുടെ ഭൂമിയിൽ പക്ഷേ.... ഭൂമിയുടെ മുക്കാൽ ഭാഗവും ജലമാണല്ലോ" സജിനുവിന്റെ ചോദ്യം ശരിയാണെന്ന മട്ടിൽ കുഞ്ഞുവെയിൽ തല കുലുക്കി.

"അതെ. പക്ഷേ... നിങ്ങടെ ഭൂമി ഗോളമല്ലാതെ ചതുരത്തിലായാൽ ഉണ്ടാകാവുന്ന കാര്യങ്ങളാണ് ഞാൻ പറഞ്ഞത്. ആറു വശങ്ങളിലും മദ്ധ്യഭാഗത്തായി ഒരു കടൽ, അതിനു ചുറ്റുമായി മനുഷ്യനുൾപ്പെടെ ജീവികൾ."

"പക്ഷേ, മറ്റു പല കുഴപ്പങ്ങളും അവിടെ ഉണ്ടാകുമല്ലോ." കുഞ്ഞുവെയിൽ പറഞ്ഞകാര്യങ്ങളുടെ തുടർച്ചയെന്നോണം സജിനു പറഞ്ഞു.

"സാധാരണ ഗോളരൂപത്തിലുള്ള ഭൂമിയിലെ സൂര്യോദയവും പകലും അസ്തമയവുമൊന്നും ചതുരാകൃതിയിലുള്ള ഭൂമിയിൽ ഉണ്ടാകുമെന്നു തോന്നുന്നില്ല. ഭയങ്കര ചൂടുള്ള ഉച്ചവെയിൽ ഉണ്ടാകും. സാവധാനം സന്ധ്യ വന്ന് മെല്ലെ ഇരുളുന്ന രീതിയുണ്ടാകില്ല. വൈകുന്നേരമാകുമ്പോൾ പെട്ടെന്ന് ഇരുട്ടു വന്നുവീഴും."

"അതേടാ... നിന്റെ കണ്ടെത്തൽ ശരി തന്നെയാണ്. അങ്ങനെയുള്ള ഒരു സ്ഥലത്ത് എങ്ങനെ ജീവനുണ്ടാകാനാണ്? അഥവാ ജീവനുണ്ടായാൽ എങ്ങനെ ജീവിക്കും. കാലാവസ്ഥ ഇങ്ങനെ മാറുന്നത് മൂലം ജീവിതംതന്നെ അപകടമാകില്ലേ.... ഇങ്ങ

നെയൊക്കെ വലിയ വലിയ ചിന്തകൾ നമുക്ക് ഉണ്ടാകുമ്പോ ഴാണ് ഗോളാകൃതിയായ സ്വന്തം ഭൂമിയുടെ വില നമ്മൾ മനസ്സി ലാക്കുന്നത്....” കുഞ്ഞുവെയിലിന്റെ വാക്കുകൾ സജിനുവിന്റെ ഹൃദയത്തെ തൊട്ടു.

“സ്നേഹത്താൽ നമ്മുടെ മുന്നിലേക്ക് കരങ്ങൾ നീട്ടുന്ന ഒരമ്മ. ഓരോ ജീവിയേയും അവളോടൊപ്പം ചേർത്തുനിർത്താൻ ആഗ്രഹിക്കുന്ന ഒരമ്മ. മനുഷ്യരെയും മറ്റു ജീവജാലങ്ങളെയും നിലനിർത്തുകയും സംരക്ഷിക്കുകയും നാനാജാതി ഫലങ്ങളും, വർണ്ണപുഷ്പങ്ങളും, ചെടികളും ഉല്പാദിപ്പിക്കുകയും ചെയ്യുന്ന ഞങ്ങളുടെ മാതാവായ ആ ഭൂമിയമ്മയെ എത്ര സ്നേഹിച്ചാലാണ് മതിവരിക. ആ ഭൂമിയെയും അതിലെ ചരാചരങ്ങളെയും ജീവ നുള്ളതായി നിലനിർത്തുകയാണ് ഓരോ മനുഷ്യന്റെയും ധർമ്മ മെന്നു മനസ്സിലാക്കി ജീവിക്കുവാൻ ഭൂമിയിലെ മുഴുവൻ മനു ഷ്യരും ശ്രമിക്കേണ്ടതല്ലേ....” സജിനു തൊണ്ടയിടറി അങ്ങനെ ചോദിച്ചപ്പോൾ കുഞ്ഞുവെയിൽ അവനോടു പറഞ്ഞു. “ഭൂമിയിൽ തന്നെ മനുഷ്യർ ജീവിക്കണമെന്നാണോ നീ പറയുന്നത്? മറ്റു ഗ്രഹങ്ങളിൽ ജീവനുണ്ടോ എന്നു അന്വേഷിക്കേണ്ട എന്നാണോ നീ പറയുന്നത്. നിന്റെ ഈ ചിന്ത എല്ലാവർക്കുമുണ്ടായിരുന്നെ ങ്കിൽ എന്നു ഞാൻ ആഗ്രഹിക്കുകയാണ്. കാരണം താമസിക്കാൻ കുഴപ്പമില്ലാത്ത ഒരേയൊരു ഗ്രഹം ഭൂമി മാത്രമാണ്. പക്ഷേ, ശാസ്ത്രത്തിന് അങ്ങനെ അന്വേഷിക്കാതിരിക്കാൻ പറ്റില്ലല്ലോ സജിനു. ഈ അന്വേഷണത്തിന്റെ ഫലമായി ഉണ്ടാകുന്ന ഗുണവും ദോഷവും മനുഷ്യരാശി തന്നെ അനുഭവിക്കേണ്ടി വരും.” അങ്ങനെ ഓരോരോ നല്ല കാര്യങ്ങൾ പറഞ്ഞ് രണ്ടു കൂട്ടുകാരും പറന്നുപറന്ന് ദൂരേക്കു പോയി.

പക്ഷേ...

എവിടെ.... എവിടെയാണ് അങ്ങനെയൊരു ഗ്രഹം.... സാങ്കേ തിക വികാസത്തോടൊപ്പം തത്ത്വചിന്തയും ദർശനവും മൂല്യ ങ്ങളും ധാർമ്മികതയുമൊക്കെയുള്ള ജീവികൾ വസിക്കുന്ന നമ്മ യുടെ വീടുപോലുള്ള ആ ഇടം എവിടെയാണ്?

ഒരുപാടുദിവസം അവർ അലഞ്ഞു. പക്ഷേ, അങ്ങനെയൊരു ഗ്രഹത്തെ കണ്ടെത്താനായില്ല.

കുഞ്ഞുവെയിൽ സജിനുവിനുവേണ്ടി കരുതിയിരുന്ന ഭക്ഷണമെല്ലാം തീർന്നു. വിശപ്പും ദാഹവും അവനെ അലട്ടാൻ തുടങ്ങി. എന്നാൽ, തൊട്ടടുത്ത നിമിഷം അവിടെ എത്തിച്ചേരുമെന്ന പ്രതീക്ഷയിൽ അതെല്ലാം അവൻ മറന്നു.

മഹാപ്രപഞ്ചത്തിന്റെ വലിപ്പം

പിന്നെയും മണിക്കൂറുകൾ. എത്രയെത്ര പകലുകൾ.... രാത്രികൾ... സജിനു തളർന്നു. കുഞ്ഞുവെയിലിന് അവനെ ആശ്വസിപ്പിക്കാൻ കഴിയുന്നില്ല. അല്ലെങ്കിൽ തന്നെ എന്തുപറഞ്ഞാണ് ആശ്വസിപ്പിക്കുക. അങ്ങനെയൊരു ഗ്രഹം ഈ പ്രപഞ്ചത്തിൽ ഇല്ലെന്നോ; ഇനി ഉണ്ടാവുകയില്ല എന്നോ? അങ്ങനെ പറയാമോ? പാടില്ല.

അങ്ങനെ പറഞ്ഞാൽ തന്റെ കൂട്ടുകാരൻ തളർന്നുപോകും. ഈ പ്രപഞ്ചത്തിലെവിടെയെങ്കിലും ആ നല്ല മനുഷ്യർ ഉണ്ടാകും. ആ ഒരു ചെറിയ പ്രതീക്ഷ സ്വപ്നം കണ്ടുകൊണ്ടാണ് അവന്റെ കണ്ണുകൾ തിളങ്ങുന്നത്. ആ തിളക്കത്തെ ഇരുട്ടാക്കി മാറ്റാൻ ഒരു വാക്കുമതി. പക്ഷേ, ആ വാക്ക് തന്റെ ഉള്ളിൽ നിന്നുണ്ടാകരുത്.

“നമുക്ക്.... തിരികെപ്പോകാം... നമ്മുടെ ഭൂമിയിലേക്ക്.” വളരെ നേർത്ത സ്വരത്തിൽ സജിനു കുഞ്ഞുവെയിലിനെ നോക്കി പറഞ്ഞു.

“ഈ പ്രപഞ്ചത്തിന്റെ വലുപ്പം അത്രയ്ക്ക് വലുതാണ്. എടാ... നീ മനസ്സിൽകണ്ട ആ നല്ല ജീവികളുടെ വാസസ്ഥലം ഇവിടെ

യുണ്ട്. ഈ പ്രപഞ്ചത്തിൽ.... പക്ഷേ.... വർഷങ്ങളോളം യാത്ര ചെയ്യേണ്ടിവരും അവിടെയെത്താൻ. അത്രയ്ക്ക് വലുതാണ്, വിശാലമാണ് ഈ പ്രപഞ്ചത്തിന്റെ വലുപ്പം. രാത്രി ഭൂമിയിൽനിന്നു നോക്കുമ്പോൾ നമ്മൾ കാണുന്ന നക്ഷത്രക്കൂട്ടമില്ലേ, മിൽക്കീവേ.... ക്ഷീരപഥം. അത് ഈ മഹാപ്രപഞ്ചത്തിന്റെ ഒരു കണികമാത്രമല്ലേ. അങ്ങനെയൊരു മഹാപ്രപഞ്ചത്തിൽ നമ്മൾ എവിടെപ്പോയി അന്വേഷിക്കാനാ ആ നന്മജീവികളുടെ താമസസ്ഥലം."

ക്ഷീണിതനായ സജിനുവിന്റെ മനസ്സിലെ പ്രതീക്ഷ അസ്തമിച്ചു പോയതുപോലെ കുഞ്ഞുവെയിലിനു തോന്നി. എങ്കിലും അവനെ ശക്തിപ്പെടുത്തണം. ഭൂമിയിലെന്താണു സംഭവിച്ചുകൊണ്ടിരിക്കുന്നതെന്നറിയില്ല. എന്നാൽ അവിടെയെത്തുന്നതുവരെ സജിനുവിന്റെ ശക്തിക്ക് കുറവു സംഭവിച്ചുകൂടാ.

"നീ പറഞ്ഞതു ശരിയാണടാ" കുഞ്ഞുവെയിൽ അവന്റെയരികിലേക്ക് ചേർന്നിരുന്നു.

"സൂര്യനെപ്പോലെ ആകാശത്തു കാണുന്ന അനേകം നക്ഷത്രങ്ങൾ ചേർന്ന സമൂഹമാണല്ലോ ക്ഷീരപഥം. ഇതേപോലെ ലക്ഷക്കണക്കിനു നക്ഷത്ര സമൂഹങ്ങൾ ഈ പ്രപഞ്ചത്തിലുണ്ട്. ശരി തന്നെ. അത്ര വലിയ മഹാപ്രപഞ്ചത്തിൽ എവിടെയെങ്കിലും നമ്മൾ സ്വപ്നം കണ്ട ജീവികളുണ്ടെങ്കിൽ.... മിന്നലിനെക്കാൾ വേഗം കൂടിയ വാഹനങ്ങൾ അവർക്കുണ്ടെങ്കിൽ.... ആ ഗ്രഹത്തിലെ ജീവികൾ മിന്നൽ വേഗത്തിൽ ഭൂമിയിലേക്ക് വരികയാണെങ്കിൽ; അവർ മനുഷ്യവർഗ്ഗത്തെ രക്ഷിക്കുകയാണെങ്കിൽ. അങ്ങനെ സംഭവിക്കാൻ പാടില്ല എന്നുണ്ടോ?" പ്രതീക്ഷയുടെ പ്രകാശം കുഞ്ഞുവെയിലിന്റെ ആ ചോദ്യത്തിലുണ്ട്. പക്ഷേ, സജിനുവിനെ അതൊന്നും സ്പർശിച്ചില്ല. കാരണം ഈ വലിയ പ്രപഞ്ചത്തിന്റെ ആ വലുപ്പം അത്രയ്ക്ക് ബൃഹത്താണെന്ന് അവനറിയാം.

പിന്നെയെന്തിനാണ് കുഞ്ഞുവെയിലിനൊപ്പം ഇറങ്ങിപ്പുറപ്പെട്ടത്? അങ്ങനെ ചോദിച്ചാൽ ഉത്തരമുണ്ടോ... അച്ഛൻ, അമ്മ,

കൂട്ടുകാർ, കൂടെപ്പിറപ്പ്, അയൽവാസികൾ ഇവരെയെല്ലാം കാണണമെന്നു തോന്നിയപ്പോൾ പിന്നെ മറ്റൊന്നും ആലോചിച്ചില്ല. തൊട്ടടുത്ത ഭൂമി പോലെയുള്ള ഗ്രഹങ്ങൾ അന്വേഷിച്ച് യാത്ര പുറപ്പെട്ടു. അവിടെ പക്ഷേ... അവരെ കണ്ടെത്താനായില്ല. പിന്നെയും മാസങ്ങൾ അലഞ്ഞു.... ഒരിടത്തും ഭൂമിയിലെ മനുഷ്യരുണ്ടായില്ല.....അങ്ങനെ പ്രപഞ്ചത്തിന്റെ വലിപ്പം മനസ്സിലായപ്പോൾ തിരികെപ്പോകുന്നതാണു നല്ലതെന്നു മനസ്സു പറഞ്ഞു.

"എന്താടാ.... നീ മിണ്ടാതിരിക്കുന്നെ?" കുഞ്ഞുവെയിൽ അങ്ങനെ ചോദിച്ചപ്പോൾ സജിനു വെറുതെ ഒന്നു പുഞ്ചിരിക്കാൻ ശ്രമിച്ചു. പക്ഷേ, ആ ചിരി പെട്ടെന്നു മാഞ്ഞു. അവൻ ചിന്തിക്കാൻ തുടങ്ങി.

കുഞ്ഞുവെയിൽ പറഞ്ഞത് സംഭവിച്ചാൽ ഭൂമിയിലെ മനുഷ്യരുടെ മഹാഭാഗ്യമാണ് അതെന്നു കരുതണം. പക്ഷേ, അങ്ങനെ സംഭവിക്കുമോ. ഭൂമിയോട് ഏറ്റവുമടുത്ത നക്ഷത്രമാണ് സൂര്യൻ. 15 കോടി കിലോമീറ്റർ അകലെയാണ് സൂര്യൻ. ആ ദൂരം ഒന്ന് ഓർത്തെടുക്കാൻതന്നെ പ്രയാസം. ഭൂമിയിൽനിന്ന് സൂര്യനിലേക്കുള്ള പതിനഞ്ചു കോടി കിലോമീറ്റർ സഞ്ചരിക്കാൻ മനുഷ്യനിർമ്മിത വാഹനത്തിന് അഞ്ചുവർഷം വേണം. പിന്നെ പ്ലൂട്ടോയെ സൗരയൂഥത്തിന്റെ അതിരായി സങ്കല്പിച്ചു എന്നു കരുതുക. അങ്ങനെയെങ്കിൽ സൗരയൂഥത്തിന്റെ റേഡിയസ് 600 കോടി കിലോമീറ്റർ ആണ്. ഹൊ! തലപുകയുന്നല്ലോ. ഇനി ദൂരമളക്കാൻ കിലോമീറ്റർ പോരാ. ഇനി പ്രകാശവർഷത്തിൽ മാത്രമേ ദൂരമളക്കാൻ കഴിയൂ....

സെക്കന്റിൽ മൂന്നു ലക്ഷം കിലോമീറ്ററിലാണല്ലോ പ്രകാശം സഞ്ചരിക്കുന്നത്. ഇതേ വേഗത്തിൽ ഒരു വർഷം പ്രകാശം സഞ്ചരിക്കുന്ന ദൂരമാണ് പ്രകാശവർഷം. അത് 10 മില്യൺ കിലോമീറ്ററാണ്. അത് എഴുതിക്കാണിക്കുമ്പോഴാണ് നമ്മൾ പേടിച്ചുപോകുന്നത്. 10000000000000 ഇതാണ് ആ സംഖ്യ. ക്ഷീരപഥത്തിൽ ഏകദേശം 10,000 കോടി നക്ഷത്രങ്ങൾ ഉണ്ടെന്നാണ് കണക്ക്. സൂര്യൻ കഴിഞ്ഞാൽ ഭൂമിയോട് അടുത്തുനില്ക്കുന്ന നക്ഷത്ര

മാണ് പ്രോക്സിമ സെന്റൗറി. ഇവിടെ നിന്ന് ഒരു പ്രകാശരശ്മിക്ക് ഭൂമിയിലെത്താൻ നാലുവർഷം വേണം. ഇങ്ങനെയൊക്കെ വിശാലമായ ഈ പ്രപഞ്ചത്തിലെ ഏതോ ഒരു ഗ്രഹത്തിൽ നിന്ന് മിന്നൽ വേഗത്തിൽ നല്ല മനുഷ്യർ ഭൂമിയിലെത്തുമെന്നു എന്റെ

കൂട്ടുകാരൻ പറയുന്നത് എന്നെ ആശ്വസിപ്പിക്കാൻ വേണ്ടിയല്ലേ... അങ്ങനെയൊരു ഗ്രഹത്തിൽനിന്ന് ഇത്രയുമൊക്കെ ദൂരം താണ്ടി പെട്ടെന്ന് കുറച്ച് നല്ല മനുഷ്യർ വരുമെന്നോ... അവന് കുഞ്ഞു വെയിൽ പറഞ്ഞ കാര്യങ്ങളൊന്നും വിശ്വാസമാകാത്തതു പോലെ. സജിനു ആലോചിച്ചു കൊണ്ടേയിരുന്നു.

നന്മയുടെ മണമുള്ള ജീവികൾ

"ഹ.... ഹ..... ഹ..." ചിന്തയിൽ ലയിച്ചിരുന്ന സജിനുവിന്റെ ചിരിയാണിത്.

"വല്ലാത്ത തമാശ തന്നെ ഈ പ്രപഞ്ചം. അല്ലേ കൂട്ടുകാരാ..." സജിനു കുഞ്ഞുവെയിലിന്റെ തോളത്തു തട്ടി. പ്രോക്സിമ സെന്റൗറിയിൽനിന്ന് ഒരു പ്രകാശരശ്മി നമ്മുടെ ഭൂമിയിലെത്താൻ എടുക്കുന്ന സമയം നാലുവർഷം. സൂര്യനിൽനിന്ന് പ്രകാശ കിരണം ഭൂമിയിലെത്താൻ 8 മിനിട്ട് മാത്രമാണ്. സൗരയൂഥം കട ന്നുപോകണമെങ്കിൽ പ്രകാശത്തിനു 11 മണിക്കൂർ വേണം. നമ്മൾ ചന്ദ്രനിലേക്ക്പോയ അതേ വേഗതയിൽ അപ്പോളോ പോലൊരു വാഹനത്തിൽ പ്രോക്സിമ സെന്റൗറിയിലെത്താൻ 10 ലക്ഷം വർഷം വേണം. ധ്രുവനക്ഷത്രത്തിന്റെ കാര്യമാണ് ബഹുരസം. അത് ഭൂമിയിൽനിന്ന് 700 പ്രകാശവർഷം അകലെയാണ്. ധ്രുവ നക്ഷത്രത്തിലെ നമ്മൾ കാണുന്ന പ്രകാശം 14-ാം നൂറ്റാണ്ടിൽ പുറപ്പെട്ടതാണെന്നറിയാമല്ലോ.

ഇനി ഗ്യാലക്സികളെക്കുറിച്ചു പറയണമെങ്കിൽ പ്രകാശ വർഷമെന്ന അളവ് മതിയാകില്ല. അത്ര വലിയ, അത്ര വലിയ ഈ പ്രപഞ്ചത്തിലെ ഏതോ ഒരു ഗ്രഹത്തിലെ നന്മയുടെ മണ മുള്ള ജീവികൾ നമ്മുടെ ഭൂമിയിലെത്തുമെന്നു നീ പറഞ്ഞതിൽ

ഒരല്പം നേരുണ്ടെന്ന് ഞാൻ വിശ്വസിക്കുന്നു കൂട്ടുകാരാ...."

തൊണ്ടയിടറിപ്പോയി സജിനുവിന്. "അങ്ങനെ വിശ്വസിക്കണമെനിക്ക്.... കാരണം അത്രയ്ക്ക് ഞാനെന്റെ ഭൂമിയമ്മയെ സ്നേഹിച്ചുപോയി. എന്റെ പെറ്റമ്മയെപ്പോലെ." കരഞ്ഞുപോയി സജിനു.

"എന്താ... എന്താ നീയ്യ് പറഞ്ഞത്?" കുഞ്ഞുവെയിൽ സജിനുവിന്റെ മുഖം പിടിച്ചുയർത്തി.

"അതേടാ.... എത്ര വലുതാണെങ്കിലും ശരി.... ഈ പ്രപഞ്ചത്തിൽ അവർ ജീവിച്ചിരിപ്പുണ്ട്. നീ പറഞ്ഞതുപോലെ നന്മകൾ മാത്രം മനസ്സിൽ സൂക്ഷിക്കുന്ന ജീവികൾ. ശാസ്ത്ര സാങ്കേ

തികരംഗത്ത് നമ്മൾ മനുഷ്യരേക്കാൾ നൂറിരട്ടി വികാസം പ്രാപിച്ച അവർ ഒരിക്കൽ നമ്മുടെ ഭൂമിയിലെത്തും; മനുഷ്യരുടെ ഭൂമിയെ രക്ഷിക്കാൻ."

കുഞ്ഞുവെയിലിന് ആശ്വാസമായി. സജിനുവിന്റെ മനസ്സിലെ കരിക്കട്ടകൾ തീക്കനലുകളായി. ഇനിയത് അഗ്നിയാകും. പിന്നെ അവന്റെ മനസ്സിൽനിന്ന് പ്രകാശം പൂക്കുന്ന വാക്കുകളും പ്രവൃത്തികളുമുണ്ടാകും. അവന്റെ മനസ്സിന്റെ ശക്തി ഒന്നുമാത്രം മതി; അവന്റെ ആത്മവിശ്വാസം ഒന്നു മാത്രം മതി; അവന്റെ ജീവികളെ നേരിടാൻ.

കുഞ്ഞുവെയിൽ വാഹനത്തിന്റെ വേഗം കൂട്ടി. ഇനി യാത്ര തിരികെ ഭൂമിയിലേക്ക്. വാഹനത്തിന്റെ വേഗം കൂടിയപ്പോൾ സജിനു ഉറക്കത്തിലേക്ക് വഴുതിവീണു.

മനുഷ്യപ്പാറ്റകൾ

ഭൂമിയിലെത്തിയ സജിനുവും കുഞ്ഞുവെയിൽ സൂര്യനും ആ കാഴ്ചകൾ കണ്ടു ഞെട്ടി. അന്യഗ്രഹ ജീവികളുടെ ശ്രദ്ധയിൽപ്പെടാതിരിക്കുന്നതിനായി സജിനുവിനെ പല സ്ഥലങ്ങളിലും ഒളിപ്പിച്ചു കുഞ്ഞുവെയിൽ.

തകർന്നു കിടക്കുന്ന വീടുകൾ. വഴിതെറ്റി ഒഴുകുന്ന പുഴകൾ. കാടിനകത്തോ പാറക്കെട്ടിനടിയിലോ അഭയം പ്രാപിച്ച മനുഷ്യരെ ഓടിച്ചിട്ടു പിടികൂടി പന്തു കളിക്കുന്നപോലെ എറിഞ്ഞു പിടിക്കുന്ന അന്യഗ്രഹജീവികൾ. ഒന്നും കാണാതിരിക്കാൻ കണ്ണുകൾ പൊത്തിപ്പിടിച്ച സജിനു, കുട്ടിക്കാലത്തെ ആ സംഭവമോർത്തു. ഒരു തുമ്പിയെ പിടിച്ച കഥ. അനിയത്തിയുടെ കൂടെക്കൂടി തുമ്പിയെ പിടിച്ച കഥ. സജിനു അവളെ വിളിച്ചു കാണിച്ചു. “ഒരു തുമ്പി കണ്ടോ നീ. ആ ചെമ്പരത്തിച്ചെടിയുടെ മേലങ്ങനെ മിണ്ടാതിരിക്കുകയാണാശാൻ.”

“സജിനൂ....ശ്ശ്..... മിണ്ടാതെ. നമുക്കവനെ പിടിക്കാം. മെല്ലെ. മെല്ലെ. ഒച്ചയുണ്ടാക്കരുത്.”

സജിനുവും അനിയത്തി സജിനിയും ഒച്ചയുണ്ടാക്കാതെ ചെന്ന് ആ തുമ്പിയെ പിടിച്ചു.

അതുകിടന്നു പിടഞ്ഞു.

സജിനു കൈകൊട്ടി ചിരിച്ചു.

അവന് എന്തെന്നില്ലാത്ത സന്തോഷം തോന്നി. അനിയത്തി കൈക്കുള്ളിൽ ഒളിപ്പിച്ചുവച്ച തുമ്പിയെ പുറത്തെടുത്തു. തുമ്പി ചിറകിട്ടടിച്ചു പിടഞ്ഞു. സജിനു വീട്ടിലേക്കോടി. ഒരു വെള്ള നൂലുമായി അവൻ തിരികെ വന്നു. ആ നൂല് തുമ്പിയുടെ വാലിൽ കെട്ടി.

സജിനി കൈകൾ വിടർത്തി. വാലിൽക്കെട്ടിയ നൂലുമായി തുമ്പി മുകളിലേക്കു പറന്നു. പക്ഷേ, നേരെ പറന്നു പോകാൻ സാധിക്കുന്നില്ല. 'റ' പോലെ കറങ്ങിക്കറങ്ങി പറന്ന് ആ തുമ്പി ഒരു ചെറിയ കശുമാവിന്റെ ഇലയിൽ കുരുങ്ങി തലകുത്തനെ താഴേക്കു നോക്കി കിടന്നു. അപ്പോഴും ഒന്നു പറന്നുയരാനായി അതു ചിറകിട്ടടിച്ചു. വാലിൽക്കെട്ടിയ നൂല് ഇലയിൽ കുരുങ്ങിയതിനാൽ പറന്നുയരാൻ കഴിയാതെ ആ തുമ്പി അവിടെക്കിടന്നു പിടഞ്ഞു. മറ്റൊരു ദിവസം പാടവരമ്പത്തൂന്നു പിടിച്ച തവളയെ മലർത്തിക്കിടത്തി കാലുകളിൽ ആണി തറച്ചശേഷമാണ് പുതിയ ബ്ലൈഡ് ഉപയോഗിച്ച് തവളയുടെ വയറു കീറിയത്..... ജീവനോടെ തവളയെ കീറിയപ്പോഴുണ്ടായ അതിന്റെ പിടച്ചിൽ, വേദന. അതൊക്കെ തന്നെയല്ലേ ഇവിടെ ഇപ്പോൾ മനുഷ്യനും അനുഭവിക്കുന്നത്. മനുഷ്യത്വമോ സ്നേഹമോ ഒന്നും തൊട്ടുതീണ്ടിയിട്ടില്ലാത്ത ഈ വിചിത്ര ജീവികൾ അവരുടെ കളിപ്പാട്ടങ്ങളാക്കി മാറ്റുകയാണു മനുഷ്യരെ.

ചില ആളുകളെ ഒരുമിച്ചുകെട്ടി ചങ്ങാടംപോലെ പുഴയിലേക്കെടുത്തെറിയുന്നു. ചില ജീവികൾ മരത്തടിയോടു കൂട്ടിക്കെട്ടിയ മനുഷ്യരുടെ മുകളിൽ ചവിട്ടിനിന്ന് പുഴയിലൂടെ യാത്ര ചെയ്യുന്നു.

അവധി ദിവസങ്ങളിൽ ഞങ്ങൾ കൂട്ടുകാർ ഉറുമ്പരിച്ച മണ്ണെടുത്ത് ചെളി കുഴച്ചു കളിക്കുമായിരുന്നു. മണ്ണ് കമ്പുകൊണ്ടു കുത്തി ഇളക്കുമ്പോൾ മണ്ണിനടിയിൽനിന്ന് ചിതലുകളും പാറ്റകളും പുറത്തേക്കുവന്ന് ഓടി ഏതെങ്കിലും വലിയ കരിയിലകൾക്കടിയിലേക്കു രക്ഷപ്പെടും. എന്നാൽ ഈ രക്ഷപ്പെടൽ നോക്കിനില്ക്കുന്ന ചില കുട്ടികൾ കരിയില മാറ്റി പാറ്റയുടെ നീണ്ട മുടിപോലുള്ള കൊമ്പിൽ തൂക്കിയെടുത്ത് ഏതെങ്കിലും

വലിയ കല്ലിൻമേൽ എറിയും. ചിതലുകളെ ചവിട്ടിയരയ്ക്കും. പഴുതാരയെ രക്ഷപ്പെടാൻ അനുവദിക്കാതെ അതു കയറി ഒളിക്കുന്ന കല്ലിനടിയിൽനിന്നു പുറത്തേക്കു കുത്തിയിട്ട് ഞെരിച്ചു കൊല്ലും.

സത്യത്തിൽ അതേ അവസ്ഥതന്നെയല്ലേ... ഇപ്പോൾ മനുഷ്യർക്കും സംഭവിച്ചുകൊണ്ടിരിക്കുന്നത്.

രക്ഷപ്പെടാനായി ഓടി ഏതെങ്കിലും വീടിനകത്ത് ഒളിക്കുന്നവരെ വീടു ചവിട്ടിപ്പൊളിച്ച് തൂക്കിയെടുത്ത് തല്ലിച്ചതയ്ക്കുകയല്ലേ അന്യഗ്രഹ ജീവികൾ.

സജിനു ഓർത്തു കുഞ്ഞുവെയിൽ പറഞ്ഞ കാര്യങ്ങൾ. പല്ലിയും പാറ്റയും പുഴുവുമൊക്കെ താമസിക്കുന്ന പറമ്പിൽ

നമ്മൾ വീടുപണിയാൻ തുടങ്ങിയാൽ.... ആ വീട്ടിലേക്ക് പാറ്റയും പല്ലിയും പുഴുവും കടന്നുവന്നാൽ എന്താണു സംഭവിക്കുക? ആ ജീവികൾക്ക് ജീവിക്കാൻ അവകാശമുണ്ടെന്നു മനുഷ്യർ അംഗീകരിച്ചു കൊടുക്കുമോ. ഇല്ല.

അതേ അവസ്ഥയാണ് ഇപ്പോൾ മനുഷ്യനും നേരിട്ടുകൊണ്ടിരിക്കുന്നത്. മനുഷ്യരേക്കാൾ എത്രയോ ഇരട്ടി കരുത്തരും ശക്തരും സാങ്കേതികമായി വികസിച്ചവരുമായ വിചിത്ര ജീവികൾക്കുമുന്നിൽ വെറും പാറ്റകളെപ്പോലെയാണു മനുഷ്യർ. അന്യഗ്രഹ ജീവികളുടെ മുന്നിൽ വെറുമൊരു പാറ്റ. ഈ മനുഷ്യപ്പാറ്റകൾക്ക് ഭൂമിയിൽ ജീവിക്കാൻ അവകാശമുണ്ടെന്ന് അന്യഗ്രഹ ജീവികൾ അംഗീകരിച്ചുകൊടുക്കുന്നില്ല. അന്യഗ്രഹജീവികൾക്ക് ഒരു ശല്യമായി മാറിയിരിക്കുന്ന മനുഷ്യക്കൂട്ടം.

നമ്മൾ ഉറുമ്പുകളെ നശിപ്പിക്കുന്നപോലെ ശല്യങ്ങളായ മനുഷ്യരെ അവരും നശിപ്പിച്ചുകൊണ്ടിരിക്കുന്നു.

പെട്ടെന്നാണതു സംഭവിച്ചത്. അന്യഗ്രഹജീവികളുടെ കണ്ണിൽ പെടാതിരുന്ന സജിനുവിന്റെ മുന്നിൽ നീലനിറമുള്ള ഒരു ഭയങ്കര മനുഷ്യൻ പ്രത്യക്ഷപ്പെട്ടു. ഒരു മഹാ കൊടുമുടി കണക്കെയുള്ള അവന്റെ ഇരുകാലുകൾക്കും സമീപം ഒരു ഉറുമ്പുകണക്കെ സജിനു ഭയന്നുവിറച്ചുനിന്നു.

കാല്പാദങ്ങൾ മുതൽ ശിരസ്സുവരെ കുറ്റിക്കാടുകൾ കണക്കെയുള്ള കറുത്ത രോമങ്ങൾ. ശക്തമാണവ. ശരീരത്തിൽ കറുത്ത സൂചി തറച്ചതുപോലെ അയാളുടെ ശരീരത്തിലെ രോമങ്ങൾ എഴുന്നുനിന്നു.

അതിൽ പറ്റിപ്പിടിച്ചിരിക്കുന്ന ചത്ത മൃഗങ്ങളുടെയും കിളികളുടെയും അവശിഷ്ടങ്ങൾ സജിനു കണ്ടു.

ഇവൻ.... ഇവനായിരിക്കും ഇവരുടെ തലവൻ.

കുഞ്ഞുവെയിൽ സജിനുവിനോട് ഓടി രക്ഷപ്പെടാൻ പറഞ്ഞു.

പക്ഷേ.... എങ്ങോട്ട്....?

ഒന്നു ചലിക്കാൻ പോലുമാകാതെ പ്രതിമകണക്കെ നില്ക്കുന്ന സജിനുവിന്റെ കഴുത്തിലേക്ക് അയാളുടെ മരത്തടിപോലുള്ള കനത്തുരുണ്ട കൈകൾ അമർന്നു.

ഒരു പൂച്ചക്കുട്ടിയെ തൂക്കിയെടുക്കുന്നതുപോലെ സജിനുവിന്റെ കഴുത്തിനു പിടിച്ചു മുകളിലേക്കെടുത്തു ആ വിചിത്ര മനുഷ്യൻ. നിലവിളിച്ചുകരഞ്ഞ സജിനുവിനെ എടുത്തുയർത്തിയിട്ട് അയാൾ അവന്റെ നേർക്ക് മുഖം തിരിച്ചു. അയാൾ തന്റെ വലിയ വായ തുറന്നു.

ഭൂമി സനാഥയാണ്

"**അ**മ്മേ...." അതൊരു നിലവിളിയായിരുന്നു. സജിനുവിന്റെ അലർച്ച കേട്ട് അടുക്കളയിൽനിന്ന് അമ്മ ഓടിയെത്തിയപ്പോഴേക്കും, കട്ടിലിൽനിന്ന് താഴെവീണു പിടയുകയായിരുന്നു സജിനു.

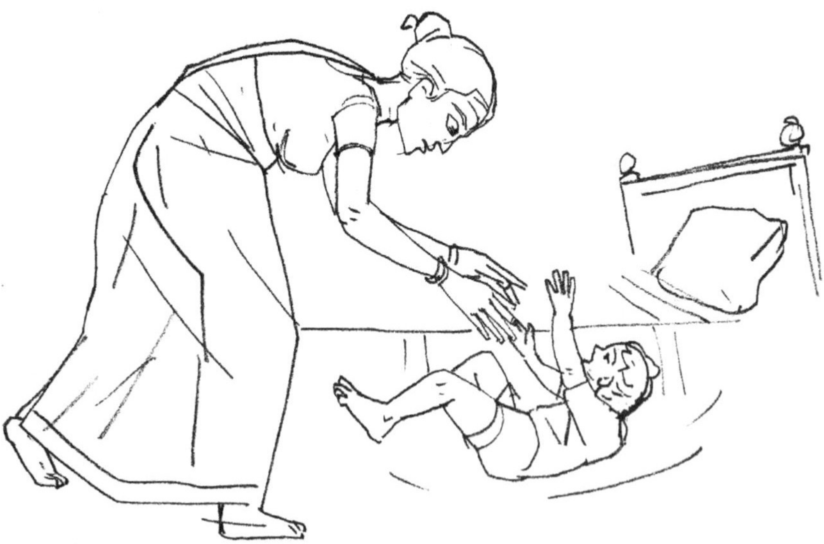

"അമ്മേ..... അയാളെന്നെ കൊല്ലും...." സജിനു ദൂരേക്കു വിരൽചൂണ്ടി ആക്രോശിച്ചു.

"മോനേ....." അമ്മ അവന്റെയടുത്തിരുന്നു. "നിനക്കെന്തുപറ്റി? സ്വപ്നം കണ്ടോ?" അച്ഛനും ഓടിയെത്തി.

സജിനു എല്ലാവരെയും നോക്കി. അതൊരു സ്വപ്നമായിരുന്നല്ലേ....

"അവൻ സ്വപ്നം കണ്ടതാ.... ഇന്നലെ രാത്രി വൈകിയല്ലേ കിടന്നത്. അതാ കാരണം." അച്ഛനും അമ്മയും മുറിയിൽനിന്നും പുറത്തേക്കു കടന്നപ്പോൾ സജിനു എഴുന്നേറ്റു കട്ടിലിൽ ഇരുന്നു.

അന്യഗ്രഹജീവികൾ. ഭൂമിയെപ്പോലുള്ള മറ്റു ഗ്രഹങ്ങൾ. ഭീകരന്മാരായ രാക്ഷസരൂപങ്ങൾ.... അതെല്ലാം തന്റെ സ്വപ്നമായിരുന്നു.

പക്ഷേ...... അതു വെറുമൊരു സ്വപ്നമായി കണക്കാക്കാൻ അവനു കഴിയുന്നില്ല. ആ സ്വപ്നം ഒരു സന്ദേശമാണ്. തന്നേപ്പോലുള്ള കുഞ്ഞുങ്ങൾക്ക് പ്രകൃതി നല്കുന്ന ഒരു സന്ദേശം.

സജിനു മുറ്റത്തിറങ്ങി. ചുറ്റുംനോക്കി. മഞ്ഞണിഞ്ഞു നില്ക്കുന്ന മരച്ചില്ലകൾ. പൂത്തുലഞ്ഞ ചെടികൾ. ദൂരെ കുന്നിന്റെയപ്പുറത്തുനിന്ന് വെയിലിന്റെ ചെറിയ രശ്മികൾ പ്രകൃതിയെ തൊട്ടുതലോടുന്നു.

തൊട്ടടുത്തുതന്നെയുണ്ട് ചെമ്പരത്തിച്ചെടി. അവൻ അങ്ങോട്ടുചെന്ന് അതിന്റെ ഇലകളിൽ മെല്ലെ തൊട്ടു. പെട്ടെന്ന് ചെടിയുടെ ചില്ലകൾ നീണ്ടുനിവർന്ന് തന്റെ മുഖത്ത് തലോടുന്നതുപോലെ അവനുതോന്നി.

വാടിത്തളർന്നു നില്ക്കുന്ന ഒരു പ്ലാവിൻതൈയുടെ ചുവട്ടിൽ വെള്ളമൊഴിച്ച് തിരികെപ്പോയപ്പോൾ കുഞ്ഞുകാറ്റിന്റെ നന്ദിസ്വരം അവന്റെ ചെവികളിൽ പതിച്ചു. പ്ലാവിന്റെ വാടിയ ഇലകൾ സൂര്യപ്രകാശത്തിലേക്ക് ഉണർന്നുനില്ക്കുന്ന കാഴ്ച കണ്ടപ്പോൾ അവന്റെ കണ്ണുനിറഞ്ഞു. എന്തുകൊണ്ട് ഇങ്ങനെ ഒരനുഭവം നേരത്തെ തോന്നിയില്ല?

സജിനുവിന് ആ മരങ്ങളോടും ചെടികളോടുമെല്ലാം വല്ലാത്തൊരു അടുപ്പം. വലിയ സ്നേഹം. ഇതല്ലേ സ്വപ്നത്തിൽനിന്ന്

അവൻ പഠിച്ചത്. മറ്റു ഗ്രഹങ്ങളിലെ ജീവികളെ അന്വേഷിക്കുന്നതിനൊപ്പം ഈ ഭൂമിയെ കരുതലോടെ സംരക്ഷിക്കാൻ സജിനുവിന്റെയുള്ളിൽ ആ സ്വപ്നം കരുത്തുപകർന്നു. ഭൂമി അനാഥമാകരുത്. ഭൂമിയുടെ മക്കളായ മനുഷ്യർ ഭൂമിയെ താരാട്ടുപാടി ഒരു കൊച്ചുകുഞ്ഞിനെപ്പോലെ തലോടി പരിപാലിക്കുമ്പോൾ ഭൂമി സനാഥമാകും.

സജിനു മെല്ലെ കുനിഞ്ഞ് താൻ ചവിട്ടിനില്ക്കുന്ന മണ്ണിനെ തൊട്ടു. സ്നേഹംകൊണ്ടുള്ള ഒരു ചെറിയ തലോടൽ. ഭൂമിയമ്മയുടെ നെഞ്ചത്തു നിന്ന് ഒരുപിടി മണ്ണുവാരി അവൻ വീടിനകത്തേക്കു കയറി.

തന്റെ പഠനമുറിയിൽ വിരിച്ച വെളുത്ത കടലാസിൽ ആ മണ്ണു പൊതിഞ്ഞു. അതിനു മുകളിൽ ഇങ്ങനെ എഴുതി. “എന്റെ ഭൂമി..... എന്റെ അമ്മ.....” അപ്പോഴേക്കും സജിനുവിന്റെ കണ്ണിൽനിന്ന് മുത്തുമണികൾ അടർന്നുവീഴുന്നതുപോലെ കണ്ണീർത്തുള്ളികൾ ആ കടലാസിനെ പൊതിഞ്ഞു.

എനിക്ക് എന്റെ അമ്മ മതി. മറ്റൊരു ലോകവും എനിക്കുവേണ്ട. കാരണം അമ്മ സംരക്ഷിക്കുന്നതുപോലെ എല്ലാം നല്കി മനുഷ്യരെ വളർത്താൻ ഈ പ്രപഞ്ചത്തിൽ ഈ ഭൂമി മാത്രമേയുള്ളൂ.... അതുകൊണ്ട് എനിക്ക് ഈ ഭൂമി മതി.

സജിനു കണ്ണുതുടച്ച് ചിരിച്ചു. ഒരു പുതിയ പ്രഭാതം കണക്കെ ആ ചിരി അവിടമാകെ പ്രകാശം പരത്തി.

●